ĂN CỦA RỪNG
RƯNG RƯNG NƯỚC MẮT

ĂN CỦA RỪNG RƯNG RƯNG NƯỚC MẮT
Thơ **Trần Vấn Lệ**

Bìa: **Uyên Nguyên Trần Triết**
Dàn trang: **Nguyễn Thành**
Nhân Ảnh Xuất Bản **2021**
ISBN: **978-1990434143**
Copyright © by Tran Van Le

TRẦN VẤN LỆ

ĂN CỦA RỪNG
RƯNG RƯNG NƯỚC MẮT

Thơ

NHÂN ẢNH
2021

Lớp sóng phế hưng coi đã rộn,
Chuông hồi kim cổ lắng càng mau
- Bà Huyện Thanh Quan -

Lời cảm ơn của tác giả gửi đến:

- Nhà thơ Luân Hoán, Chủ Trương nxb Nhân Ảnh.
- Nhà thơ Lê Hân, Giám Đốc nxb Nhân Ảnh.
- Nhà thơ Nguyễn Thành, Quản Lý trình bày nxb Nhân Ảnh.
- Nghệ nhân Trần Triết, Trình Bày Bìa sách nxb Nhân Ảnh.
- Cô Nguyễn Thị Thanh Thúy, Hội Trưởng Hội Quán Các Bà Mẹ Việt Nam sưu tập thơ và chụp nhiều ảnh Rừng để minh họa.
- Cô Nguyễn Thiên Nga cảm thông Nỗi Rừng viết bài Mở Đầu Rừng Ơi.

Xin các anh chị nhận nơi đây lòng quý mến và chân thành biết ơn của tác giả.

THAY LỜI TỰA
RỪNG ƠI...

Dalat, nhà và rừng...

Ngôi nhà màu hồng, trồng nhiều hoa xen giữa lối đi trải đầy sỏi trắng, nằm giữa đồi thông xanh mát nghe lá hát quanh năm. Khe suối nhỏ nước trong vắt cuối chân đồi róc rách hoài một khúc nhạc hiền hòa, những gốc sim thâm thấp nở đầy hoa tim tím, những bụi quỳ nở vàng bông vào mùa đông...

Chị em tôi được sinh ra và lớn lên ở đó, ngôi nhà có đầy đủ Ba Mẹ, có cả hàng dãy dài chuồng chim bồ câu được sơn nhiều màu đẹp mắt...

Trong tiềm thức của mình, tôi thấy lại một quãng đời bình yên của gia đình, một tuổi thơ hồn nhiên của tôi.

Bình yên với tất cả những gì thiên nhiên ban tặng cho con người và con người cũng biết ơn, giữ gìn, nâng niu, trân trọng Mẹ Thiên Nhiên.

Chị Trinh kể tôi nghe, vào mùa Thu, chị thường xách chiếc giỏ mây ra đồi hái nấm. Mùa này nấm mọc rất nhiều sau những cơn mưa dài. Nấm kaki màu tím ửng hồng, thân nấm mập mập xinh xinh. Nấm hột gà trông như cái trứng non, màu vàng tươi dễ thương... Chị bảo: không phải chỉ để ăn ngon mà chị thích cái cảm giác khi tìm thấy nấm, mắt sáng lên, tay vạch đám lá thông già rụng dày và hái chiếc nấm xinh bỏ vào chiếc giỏ cũng xinh xinh. Nấm mùa nào cũng nhiều, vì thông luôn ken dày lớn lên bên nhau. Ngoài đồi thông của nhà mình, chị và các bạn còn đi xa hơn vào các rừng thông để tận hưởng thú vui này. Ôi thật tuyệt vời!

Tôi còn nhỏ, chỉ biết loanh quanh cùng các bạn gần bên chơi trò bán hàng ở đồi thông nhỏ sau nhà. Chúng tôi thích nhất là trò chơi bán đồ trang sức. Những chiếc lá thông hình kim xâu những cánh hoa ngũ sắc thành vòng đeo tay xinh xắn, khéo léo nối vào nhau sẽ trở thành vương miện cài đầu hay dây chuyền hoa rực rỡ. Nhoẻn nụ cười duyên rồi chúng tôi khen lẫn nhau: Sao tụi mình đẹp thế!

Mặt trời mùa đông đi ngủ sớm. Cả bọn lại xúm lại quơ lá thông khô. Ánh lửa bùng lên ấm áp, má đứa nào cũng ửng hồng, đôi môi đỏ tươi ríu rít bao nhiêu chuyện vui đem về từ lớp học hay cả chuyện con mèo nhà mình biết bắt chuột. Chỉ khi nào tiếng gọi í ới của các bà mẹ cất lên, cả bọn mới vội dập tắt lửa thật kỹ rồi bịn rịn chia tay nhau. Đứa nào cũng tỏ ý tiếc nuối ngày sao chóng tàn đến vậy?!

Những ngày dài sau tháng 4/1975, nhiều người dân Dalat bỡ ngỡ với cuộc sống khác. Gia đình tôi không ngoại lệ.

Chị Trinh tôi theo nhà chồng di tản trở về. Nhà cửa

trống hoác. Cuộc sống khó khăn với bao khắc khoải. Chị và anh rể tôi, người đàn giỏi hát hay và nói tiếng Anh như gió bây giờ càng không có việc gì để làm, bắt đầu lao vào tìm kế mưu sinh. Tôi nhớ hình ảnh anh chị vác từng bao cát nhỏ hạt dẻ mua được từ phía rừng Cam Ly, mang về luộc hoặc rang rồi mang đi ngồi bán lẻ.

Rừng lúc này thật sự đã mang lại nguồn sống cho nhiều cư dân Dalat. Sáng sớm, họ vào rừng nhặt hạt dẻ, đến chiều tối mới ra và bán cho những người đang chờ đợi ở cửa rừng. Anh chị tôi hay đứng đợi ở khúc quanh trước Lăng Nguyễn Hữu Hào. Thời gian này, tôi hay nghe chị kể chuyện ma là nhiều nhất. Hú hồn.

Có lẽ cũng khó ai quên một hình ảnh đẹp của Dalat, đó là những gùi củi ngo trên lưng người bản địa đi theo hàng một trật tự từ các hướng Thái Phiên ra Hồ Xuân Hương, hướng Langbiang ra đi trên con phố xưa Phan Đình Phùng, từ Tà Nung ra thì cũng qua Lăng Nguyễn Hữu Hào, qua thác Cam Ly nhưng họ cũng chẳng có tâm trí nào mà nghe thác "khóc tình đầu dang dở"… Họ cắm cúi đi, ít khi ngẩng mặt, mong sau buổi chợ kiếm được ít tiền mua gạo, cá khô về nuôi những đứa con đang đói đợi ở nhà và mai sớm họ lại phải vào rừng. Tiếng dao lại chan chát vang lên trong rừng thông hai lá…

Mỗi ngày, lớn thêm một chút, tôi càng yêu rừng nhiều hơn. Nhất là những cánh rừng Dalat chập chùng xanh ngát tuổi thơ tôi…

***

Rừng và Quê Hương thứ hai...

Một ngày Dalat nhiều sương mù, tôi xếp vội sách vở quần áo, lên xe cùng gia đình buồn bã rời nơi chôn nhau cắt rốn đi về vùng Kinh Tế Mới.

Tôi, con nhỏ mười tuổi khờ khạo, yếu ớt luôn được chăm chút suốt chuyến đi.

Nơi chúng tôi đến và sẽ ở lại là những khu rừng bạt ngàn cây dầu to bằng hai vòng tay ôm của tôi, bạt ngàn hoa dại. Trong mắt con bé hay mơ mộng như tôi, rừng lúc đó quả thật tuyệt vời. Những cây hoa nắp ấm diệt côn trùng lấp lánh sương mai, những trái trâm chín mọng, trái chòi mòi chua chua chát chát, xoài rừng thơm thơm mà đầy mủ chua lè,...

Buổi sớm tinh mơ nào tôi cũng nghe tiếng chuông nhà thờ đổ và bật dậy theo thói quen. Những hồi chuông ký ức của tôi...

Tôi nhỏ quá, làm sao biết đến những hiểm nguy đang rình rập, làm sao biết đến cái đói rét sẽ đến với mọi người trong những ngày tháng tới…

Mẹ đi cắt cỏ tranh cao gấp đôi đầu người về cho anh tôi – một cựu học sinh trường Trần Hưng Đạo tập đan thành từng tấm lợp. Anh Hiển vốn khéo tay nên việc này không khó, bây giờ nhớ lại tôi hết sức khâm phục anh, vì lúc ấy anh mới tròn 15 tuổi.

Anh chị tôi bắt đầu đi vác gỗ ở cách xa khoảng mấy cây số đường rừng, dựng lều cho cả nhà cùng ở. Sáu mẹ con quây quần bên nhau trong túp lều tranh nho nhỏ, có lẽ ngay cả Mẹ cũng không dám nghĩ nhiều tới ngày mai.

Được ít lâu, khi gạo và thực phẩm khô mang theo bắt đầu cạn thì anh chị tôi cũng đã phát quang cỏ tranh, khai phá được một mảnh vườn nhỏ. Tôi không bao giờ quên được cảnh anh chị ngồi cưa hạ mấy cây dầu còn sót trong vườn và tai còn nghe rõ âm thanh kin kít phát ra từ tiếng cưa làm đau thân cây. Mẹ ngồi băm nhặt từng sợi rễ cỏ tranh bằng cái dao xắt thịt mang xuống từ Dalat, lâu rồi chỉ vương mùi cỏ dại. Biết sao được, tất cả mọi người đều phải làm cái gì đó để sống, để tồn tại và không còn quyền lựa chọn. Mẹ tôi, một người thơ phú dạt dào, trước hiện tại đã khô héo hoàn toàn, lực bất tòng tâm...

Và điều xấu nhất đã xảy ra

Anh Minh Quý, người anh kế của tôi gục chết vì cơn sốt rét rừng chỉ sau hai tháng xuống nơi này. Cả nhà khăn gói đưa anh về Dalat để chôn cất. Đường xa ngái, núi rừng hun hút phía sau lưng. Những con nai, con hoẵng đang chạy tung tăng chợt dừng lại giương mắt nhìn. Tôi cũng ngơ ngác như chúng, nhưng tôi thêm nỗi buồn khi tôi mất anh tôi vĩnh viễn. Một người mới hơn một năm trước được vinh dự ra rạp Hòa Bình nhận phần thưởng và được một chuyến đi chơi Nha Trang, bây giờ anh tức tưởi ra đi nơi rừng sâu núi thẳm ở tuổi mười ba.

Tôi đã khóc rất nhiều, tôi cũng nghe rừng rưng rức khóc...

***

Người ở lại vẫn phải sống.

Ngày xưa, khi còn ba, lương công chức đủ nuôi cả nhà. Mẹ tôi nhàn nhã chăm con và có nhiều thời gian đọc sách, các chị tôi được học trường tốt nhất. Từ ngày ba mất, mẹ tôi nuôi các con bằng nghề đan len như nhiều bà mẹ Dalat khác. Bây giờ phải cấy lúa, trồng rau, vừa làm vừa học nên dù mẹ và anh chị có cố gắng tới đâu thì cũng không thể bằng mọi người được. Gạo cũng chỉ đủ ăn trong vài tháng, cũng như rất nhiều nhà khác, gia đình tôi vẫn cầu cứu tới rừng.

Rừng tiếp tục cung cấp những gì con người cần thiết.

Theo chân các bạn cùng lứa, tôi vào rừng bẻ măng, hái nấm. Những cái nấm mèo mọc trên thân cây mục giòn giòn, sực sực; những cái nấm mối đầu mùa mưa ngọt lịm, dai ngon như thịt gà. Mẹ chế biến khéo léo với các loại rau rừng sẵn có đã làm cạn nhanh nồi cơm độn nhiều khoai sắn mà lũ con, giờ còn bốn đứa, ăn xong rồi mà mắt vẫn còn hau háu.

Gạo hết, tôi theo chân chị Hằng tập đi đào củ mài, củ nâu rồi tiu nghỉu đi về vì không thể tìm được gì. Muốn có, phải đi rất xa, mà đâu phải muốn đi là được. Mới một năm, rừng với chị em tôi còn lạ lẫm và hoang dại, nhiều nỗi sợ hãi.

Cánh đồng nho nhỏ trơ rơm rạ. Bờ ruộng mọc dày những ngọn rau tàu bay xanh mơn mởn. Chị em tôi hái về luộc chấm với nước mắm mặn chát vị muối, ăn kèm với mấy miếng khoai mì mua lại của những người đi đào ở chiến khu xưa bên kia sông của bộ đội. Bao tử được lấp đầy để đêm tròn giấc hơn và vị rau hăng hăng còn ám ảnh tôi đến bây giờ.

Có đôi lần, chị Hằng đưa tôi trở về Dalat, chị thương đứa em út mồ côi cha sớm bây giờ cứ ngơ ngơ ngác ngác như nai rừng. Chị Trinh, chị cả tôi còn ở trên đó với nhà chồng. Rồi chị Hằng lại đưa tôi trở về với rừng, làm sao sống được ở Dalat khi nhà cũng không còn để ở (?) Thật quá bi đát.

Chị Hằng tôi có những người bạn thật tốt. Nhóm bạn thân có bốn chị chơi với nhau, đều vừa rời ghế nhà trường. Chị tôi được xem như là "thủ lĩnh" vì chị làm thơ hay, múa hát giỏi, đặc biệt là viết chữ đẹp. Chị đặt biệt danh cho từng người: Đông Vũ là chị, lần lượt còn lại là Xuân Vỹ, Hạ Vy, Thu Vương. Bốn mùa vấn vương với mưa rừng, gió núi. Các chị băng rừng đến với nhau ca hát, làm thơ sau giờ làm việc; san sẻ cho gia đình tôi từng miếng thịt rừng, bát gạo rẫy thơm lừng. Hoa rừng lúc nào cũng có trong ngôi nhà tranh lúc này đã được làm lại sau khi anh Quý mất và tôi bắt đầu được đi học lại.

Hương rừng tỏa lan đưa tôi chìm sâu vào giấc ngủ.

Rồi một đêm, tôi giật mình thức giấc, vỡ tan giấc mơ đang được chạy nhảy tung tăng trên Đồi Cù lộng gió bởi tiếng hét thất thanh của mẹ.

Chị Hằng tôi mất.

Cơn sốt rét rừng một lần nữa đã cướp mất người chị tài hoa của tôi, đúng một năm sau ngày anh Quý tôi ra đi.

Không chỉ gia đình tôi khóc than đau đớn, các bạn chị cũng gào thét tiếc thương.

Lúc đó, chị Thanh Hằng của tôi vừa bước sang tuổi mười tám. Chị được nằm lại với rừng, dưới lòng đất sâu, giữa đồi cây có bốn mùa chim hót. Mẹ tôi không còn tiền thuê xe đưa chị về Dalat để được ở cạnh Ba tại nghĩa trang Số Bốn...

Tôi lại nghe rừng khóc rưng rưng...

***

Năm năm sau, tôi cũng được trở về Dalat.

Tôi chăm chỉ học, tự nhắc mình phải học thật giỏi và học thay cả cho các anh chị của mình. Tôi muốn Mẹ sẽ hãnh diện về tôi và tôi đã làm được điều đó.

Tóc Mẹ mỗi ngày bạc hơn, nỗi đau mất con còn đó...

Rừng ơi...

Tôi thảng thốt gọi vào hư vô

Ký ức chập chùng, chập chùng như rừng xưa. Ở đó có tiếng thác Pongour réo ầm ào, tiếng gió rừng rin rít thổi qua mái tranh nghèo, tiếng Mẹ tôi khóc gào vì mất con, vì bất lực, vì nỗi phẫn uất không nói nên lời...

***

Rừng và cô giáo tuổi hai mươi...

Một lần nữa, sau mười năm, tôi lại rời thành phố và đến với rừng.

Tôi đã là cô giáo.

Cô giáo tuổi hai mươi, da trắng tóc dài, ba lô trên vai... Từ Dalat, theo đồng nghiệp dẫn đường, tôi đi bộ qua dốc số 9, qua rừng thông Đan Kia, Đưng K' Nớh; cheo leo đỉnh Dốc Trời nhiều hoa dại để đến với ngôi trường xa xôi. Một ngày đường vất vả, đến nơi trời đã sâm sẩm tối, người dân đón tôi bằng câu chào thật dễ thương: "Con Giuôn niêm ngăn..." (người Kinh đẹp quá), nghe vui và nhẹ nhõm...

Rừng ở đây thưa thớt. Đất để trồng lúa, trồng bắp càng rộng thì rừng càng thu hẹp lại. Tuy nhiên, đất xấu nên trồng loại nào cũng èo oặt, người dân đói kém quanh năm. Rừng cằn cỗi, không cho người dân nhiều cái để ăn. Người và rừng đều rưng rưng nước mắt.

Tôi san sẻ ít nhiều với các em học sinh quá nghèo phần ăn ít ỏi với 13 kg gạo mỗi tháng của mình. Các em chia sẻ với tôi từng nắm rau rừng, con cá suối. Cô trò nhọc nhằn dắt tay nhau qua từng ngày để học được cách viết, cách đọc và cả cách làm người.

Tôi là người mang ơn những cô cậu học trò – những đứa con của rừng nhiều vô cùng. Tôi trải qua cơn sốt kéo dài nhiều ngày, nhiều lần mơ thấy các chị về dắt tay đi vào rừng chơi, tôi đã cận kề cái chết trong cô đơn khi mới hai mươi tuổi. Các em hối hả thay nhau khiêng cô giáo đang mê man trên võng đến bệnh viện nho nhỏ cách đó mấy khu rừng và vài con suối. Vị Y sĩ già người dân tộc Lạch đã kịp cứu tôi thoát lưỡi hái tử thần vì sốt rét rừng ác tính.

Ở rừng, với tôi, ngày rất dài và đêm cũng rất sâu.

Tôi đến đây, một cô giáo đến với những học trò đang cần mình. Tôi có sự ân cần, tận tụy và rất nhiều yêu thương dành cho các em nhưng sức khỏe tôi sa sút từng ngày. Tôi mong được trở về khi còn kịp. Càng mong thì ngày càng dài.

Đêm, nhiều khi hết dầu lửa, tôi thắp sáng căn phòng phên nứa của mình bằng củi ngo. Ngồi lặng thinh nhìn ánh lửa đỏ không mang chút hy vọng nào, ngửi mùi khét nghẹt để sáng mai mũi đen như hai ống khói, đầu óc trống rỗng, tôi đợi lửa tàn hẳn rồi mới dám leo lên giường.

Thao thức tàn canh. Nghe đêm hun hút sâu.

Ngày trở về, đi qua rừng tre cuối chân Dốc Trời, những con vắt đu theo níu giữ đôi chân cô giáo trẻ. Thôi thì cho mấy bạn chút máu rồi hãy buông tha cho tôi nhé! Chút máu mang đầy vi trùng sốt rét, tiếc chi...

Tôi không lấy gì của rừng, nhưng tôi rưng rưng nước mắt...

***

Rừng ơi, đến bây giờ càng rưng rưng buồn...

Đó là chuyện của nhiều năm trước.

Tôi bây giờ bắt đầu thấy mình già, ráng giữ lại được mái tóc dài từng tắm gội trong hương rừng và dâng dâng niềm tiếc nuối.

Sau bao năm, hương rừng phai nhạt khi rừng tự nhiên dần cạn kiệt.

"Đà Lạt tôi ơi! Nhớ não nùng... Nhớ đã nát lòng, sao cứ nhớ? Ai từng Đà Lạt, nhớ thông không?

Hỡi ơi Đà Lạt! Rừng trong phố... và phố trong rừng chim líu lo... có những áo dài như én lượn... có người leo dốc thở ra thơ!

Đà Lạt tôi cao nhất núi Bà, mây trên đầu núi nở thành hoa, nước trên đầu núi tuôn thành suối - con suối Cam Ly nhạc gió hòa...

...

Đà Lạt tôi xanh biếc những rừng... Rừng thông, bát ngát những rừng thông! Mùa Xuân, mùa Hạ thơm lừng nắng, mưa cũng thơm lừng Thu tiếp Đông!"

(Ai Từng Đà Lạt – Trần Vấn Lệ)

Trời ơi, những vần thơ da diết của anh đã xói thẳng vào tim tôi...

Nỗi nhớ, niềm đau đã đi đến tận cùng.

Nhớ thật nhiều về đồi thông xanh gần cuối đường Yersin, nơi có ngôi nhà màu hồng yêu dấu cũ, giờ đã thay vào đó là khối beton sừng sững.

Nhớ những cánh rừng, nhớ những đồi thông xanh bạt ngàn rì rào gió hát... Phố thị mọc lên. Thông đã lùi xa, mất dấu...

"Đà Lạt của tôi nghe nói chừ, rừng thông bị đốn, núi thông thưa, núi Bà bị gọt làm dinh thự, ai đó lòng tham có đủ chưa?

...

Thành phố trong rừng, rừng rưng rưng... rừng quanh co phố, phố hay lòng? Lòng tôi nát bấy đây tờ giấy, nước mắt tôi nhòe, ai thấy không?"

(Ai Từng Đà Lạt – Trần Vấn Lệ)

Tôi cũng không bao giờ quên những khu rừng bạt ngàn đón chúng tôi cùng rất nhiều cư dân Dalat về khai hoang, bắt đầu cuộc sống mới từ bốn mươi năm trước. Nay cũng không còn rừng để nghe gió reo đại ngàn, thác Pongour cũng không còn nhiều nước để cất tiếng ca bài ca bất tận.

Ừ thôi, những đồi cà phê xanh đã được thay vào đó, cầu mong đời người đã gắn chặt nơi đây ngót nghét nửa thế kỷ sẽ được ấm no và bình yên.

Tôi nhớ về những khu rừng tôi đã đi qua. Rừng đã không còn. Tất cả đã trở thành hoài niệm.

Văng vẳng trong một đêm dài trăn trở...

"Rừng đã cháy và rừng đã héo, em hãy ngủ đi Rừng đã khô và rừng đã tàn, em hãy ngủ đi... " (*)

Làm sao ngủ được (?)

Khi tai nghe tiếng khóc uất nghẹn của đại ngàn.

Những khu rừng đẹp đang chết dần chết mòn, những ngọn đồi ngập tràn hoa dại dễ thương giờ hoang vu trơ trọi...

Những ngọn núi lở lói đớn đau, kéo theo bao trận lũ quét kinh hoàng, vùi lấp bao nhiêu mạng người. Bao xóm làng, thôn bản ở miền Trung, miền núi phía Bắc lâm vào cảnh điêu linh...

Rừng ơi...

Rừng ơi...

Nguyễn Thiên Nga

(*) Hai câu trong bản "Em hãy ngủ đi" của NS Trịnh Công Sơn

ĐÔI LỜI BỘC BẠCH

Cuối tháng 3 năm 2016, tôi nhận lời của các anh Phan Dũng Dalat, anh Trí Tín- học trò cũ của thầy Lệ kết hợp chuyến công tác tại Đà Lạt để đưa thầy về thăm lại Đà Lạt sau hai mươi bảy năm thầy xa quê hương.

Tôi còn nhớ rất rõ, buổi chiều muộn hôm ấy, tôi cùng với anh Nguyễn Dương Quang và thầy ngồi ở góc đường gần khách sạn Duy Tân. Thầy nhìn về hướng ngôi nhà xưa và nhìn ra góc đường Trần Phú rồi nước mắt chảy dài. Thầy buồn vì thấy rừng không còn trong phố.

Sáng hôm sau, tinh mơ tôi đưa thầy sang chỗ trường Cao Đẳng Nghề Đà Lạt, chỉ cho thầy chỗ vườn ươm cây cảnh Bình Minh, nơi Hội Quán Các Bà mẹ vẫn thường mua cây thông và nhiều giống cây khác để trồng vườn rừng. Tôi chụp cho thầy và anh Trí Tín một tấm ảnh ở nơi này. Thầy nở nụ cười dù lòng chưa thể vui.

Anh Nguyễn Dương Quang còn đưa thầy ngang qua Trại Mát (có ghé cả Trại Hầm), Cầu Đất, Trạm Hành, về thăm thầy Lâm Trung Châu, thăm ngôi nhà của người xưa ở Dran từ hơn nửa thế kỷ trước! Thầy thăm lại đập Đa Nhim, ghé Đèo Ngoạn Mục, Miếu Ông Cọp chiều lại đổi đường ngang qua Lạc Lâm, Thạnh Mỹ và suýt chút nữa là ghé cả Bồng Lai!.

Chuyến đi có hai ngày ngắn ngủi, thầy trở lại nước Mỹ mang theo bao nỗi buồn vui.

Ngày qua ngày, đọc thơ thầy. Thơ như hơi thở cuộc sống. Thầy buồn vui theo tin tức quê nhà.

Thi thoảng trở lên Đà Lạt, tôi vẫn thường chụp vài tấm ảnh lưu lại kỷ niệm với rừng. Đọc bài nào tôi nghe cũng thấm, Vài năm qua, Rừng cũng là mối quan tâm lớn của chúng tôi. Những ngày này, chúng tôi cũng muốn giữ lại đồi thông và cỏ hồng ở tận Gia Lai, rồi lại lo khi rừng chẳng còn, cây thông cũng khó "đứng giữa trời mà reo". Thầy cứ nhắc tới Rừng "Ăn Của Rừng Rưng Rưng Nước Mắt". Tôi cũng muốn góp tiếng nói để giữ rừng, trồng rừng để còn có cây giữ đất, giữ nước và giữ tiếng thông reo vi vu và giữ không khí mát mẻ. Muốn đừng có thêm nhiều sân golf, muốn trồng thêm nhiều rừng cây. Vậy là tôi chọn những bài thơ của thầy Trần Vấn Lệ có chữ Rừng, Núi, Non và Trường Sơn để tập hợp các bài viết về Rừng vào tập thơ này để giới thiệu cùng quý vị nhân dịp thầy bước sang tuổi 80!

Những nhánh thông rưng rưng mưa rừng ơi thương lắm...

"Em mới gửi thư qua viết như thời đi học, những câu văn lúp xúp chạy theo bước thời gian, quyện trong cái mơ màng những chiều rừng sương khói".

- Trần Vấn Lệ -

Và hy vọng:

Rừng thêm cây, rừng đầy bóng mát
Trăng sắp Rằm bàng bạc núi sông.

Saigon, Rằm tháng 5/2021
Nguyễn Thị Thanh Thúy

Em Nói Em Nhớ Anh
Mỗi Lần Em Nhắm Mắt

Khi người ta nhắm mắt, rừng vẫn một màu xanh!
Khi người ta bật khóc, mặt trời xuống thật nhanh...

Em nói em nhớ anh mỗi lần em nhắm mắt
Anh nói anh nhớ em mỗi lần thấy trăng lên...

Thời gian từng giây phút mà không gian mông mênh
Bàn tay từng chăm chút mà tay đành chia tay...

Em nhìn kìa chim bay trên cánh đồng bát ngát
Mỗi con một phương dạt về đâu khi bão giông?

Anh có hỏi hoa hồng: "Tại sao hoa màu trắng?"
Hoa cười vang tiếng nắng, vang cả tiếng mưa sa...

Trăm năm cõi người ta buồn nhiều hơn vui nhỉ?
Cảm ơn những giọt lệ... em làm thinh với anh!

Sao không gian mông mênh mà thời gian giây phút?
Rừng người ta có đốt mà rừng vẫn lên xanh!

Em nói nhỏ với anh "Em Nhớ Anh Nhiều Lắm!"
Ôi chao màu xanh đậm khu rừng xanh bao la...

Ngã Rẽ Một Bài Thơ

Không có hoa nào nở mà không có lúc tàn.
Không có ai nói chuyện mà không một lời than!

Bầu trời rộng thênh thang có mây thì thấy hẹp
Nhiều khu rừng thật đẹp mà người nỡ chặt đi

Biển nhìn tưởng phẳng lì mà tròn theo trái đất
Ai tin theo đạo Phật thấy đời là bánh xe...

Nhiều người đi mong về. Nhiều người đi, đi mãi!
Quê Hương mùi con gái nên gọi là Quê Hương?

Yêu bắt đầu là Thương... khi ngắm giàn Thiên Lý!
Em cười anh để ý và để nó trong lòng!

Người con gái sang sông không khác chi con ngựa
Ngựa nhớ những đồng cỏ mà không thể quay lưng...

Nếu hoa nở đừng tàn, tôi miên man gì nữa?
Sẽ nhắc lại con ngựa? Nhắc thơ Phạm Hiền Mây?

Con ngựa đã tới đây, trước sân nhà, thưa Chị
Em đã đứng nhìn kỹ, cái Bóng Câu mà thôi!

Rồi những đám mây trôi... bạch vân thiên thiên tải
Chị à tóc chị chải thế nào gió cũng bay!

Tôi, bài thơ hôm nay, viết cái gì vậy nhỉ?
Ôi mắt ai một mí mà đường nhiều ngã ba...

Chị, bàn tay mở ra mưa sa cầm mấy giọt
Kim Long và Đại Lược, ngã rẽ một bài thơ...

Ngọc Đá Tan Tành

Nhẹ mỏng như tờ giấy ướp thơ
em thơm đến nỗi ánh trăng mờ
đèo heo hút gió mùa sương muối
trời đất Blao rừng núi xưa...

Nay nghe tin nói rừng thưa thớt
người ta bang núi xây nhiều nhà
người ta quên mất lòng thanh nhã
cùng bạn ngồi nhâm tách nước trà...

Đường lên Blao qua đèo Chuối
dừng xe nhìn đi vườn Nam Nhi
mùi sầu riêng chín chim nườm nượp
giấy ướp thơ bài thơ Cổ Thi!

Thời xưa chinh chiến trăng lồng lộng
thèm lúc trăng mờ chải tóc ai
mộng ước máu xương ngầm trả giá
nghẹn ngào ngó mộng ước tan bay... .

Ôi nhẹ như tờ giấy ướp thơ
bàn tay em đẹp tự bao giờ?
hỡi người Tiên Nữ đồi hoa nở
ngàn cánh chim trời trong giấc mơ!

Anh nhìn em múa muôn sao chớp...
anh muốn dâng em hết cả lòng
anh muốn bỗng nhiên viên đạn chạm
vào anh cho máu đỏ Non Sông!
Em ơi em ơi buồn hồi nào
vẫn còn chờn chợn giấc chiêm bao

vẫn còn đến nỗi bài thơ lệ
anh chép rồi đây em đâu trao?
Xa xứ bước thêm thành viễn xứ
Cố Hương lòng nhớ Cố Nhân hoài...

Bá Nha đập vỡ cây đàn Nguyệt
ngọc đá tan tành thơ cũng bay...

Chúng Tôi Qua Đồng Cỏ

À, hình như là vậy! Mình có quen nhau mà... Mà hồi ấy rất xa và bây giờ cũng vậy!

Ngã ba. Dòng nước chảy...

Con sông chở cánh rừng. Hai người đều dửng dưng. Cái chào là lịch sự!

Buổi chiều có ráng đỏ. Cánh rừng vẫn rất xanh. Người ấy quá mong manh... cái nhìn tôi tưởng tượng!

Không ai nói gì lớn. Âm thanh là của chiều... tiếng lá bay trong veo... tiếng gió hiu hiu nhỏ...

Hình như mắt nàng đỏ. Ai làm cho em buồn? Tôi muốn trút giận hờn cho dòng sông xuôi chảy...

Em ơi giây phút ấy bỗng dưng thơ thật thơm! Đôi môi em hoa hường nở ôi chiều thơm ngát...

Tôi hái trái mác mác đặt vào tay của nàng,
Nàng hái nụ hoa vàng thổi thơm một góc núi.
Hình như từ vời vợi trăng đầu tháng long lanh.
Hình như chút mong manh áo dài em đùa gió...
Chúng tôi qua đồng cỏ... Cánh đồng ôi tóc em!

Phấn Thông Vàng Đà Lạt

Phấn thông vàng Đà Lạt, nhớ quá đi trời ơi... Trái thông chín thì rơi, phấn thông thì bay tản... giống như tà lụa trắng nhuốm ánh trăng bay bay...

Đà Lạt trong một ngày/ có bốn mùa rõ rệt:

Sáng, bình minh sơn phết/ những cánh hoa muôn màu. Gần trưa như ai lau/ mặt Mẹ hiền lam lũ, Ba nói Mạ không xấu, Ba hôn Mạ bao nhiêu? Xế, xế trưa về chiều, mùa Thu man mát lạnh, cô học trò đen nhánh mái/ tóc thề trên vai... Ơi cô bé mười hai/ rồi em lên mười bảy/ rồi không ai còn thấy/ ... một người đã sang sông! Đêm, Đà Lạt mùa Đông/ ấm nồng nhờ bếp lửa.

Đà Lạt là vậy đó! Một ngày bốn mùa qua...

*
Tôi thì nhớ thiết tha: Phấn Thông Vàng Đà Lạt...
nhớ từ đồi Trại Mát, nhớ tới dốc Trại Hầm, nhớ
tận lên Tuyền Lâm, nhớ tím bầm con mắt! Thương
quá đi Đà Lạt! Phấn thông vàng... nhớ ơi!

Tôi để lòng suốt đời, nhớ suốt đời Non Nước...
Nhớ gió khi thổi ngược, phấn thông vàng tha
hương! Đà Lạt tôi thành sương. Đà Lạt tôi thành
khói. Tôi nhớ về mòn mỏi, không biết nói gì hơn!

Đà Lạt chừ tan hoang!

*Nụ hôn Ba đã rụng, chiều chiều tôi ngó sóng/ bóng
Mạ nhòa trong mây... Rừng đang thưa thớt cây...
Phấn thông đâu còn nữa? Ai đứng kìa góc phố,
ngước lên và khóc đi...*

Thơ Tôi Không Than Vãn Mà Chỉ Là Khói Mây

Gần Filnom - Tùng Nghĩa, tỉnh Tuyên Đức, ngày xưa, một cánh rừng như mơ. Một Bồng Lai Tiên Cảnh...

Ở đây, trời mát lạnh. Nắng ấm thường ấm nồng. Không hề có mưa giông, cả mưa rào không có...

Ít người biết chỗ đó vì ngày xưa chiến tranh. Nó không xa đường quanh đi vào Liên Khương mấy...

Rất ít khi xe chạy, chỉ những người làm rừng, mệt mỏi họ ghé chân nhìn cảnh trời mây nước...

Nhìn hàng liễu tha thướt... nghe thông reo, thông reo. Ở đây sáng như chiều đẹp như ngày quang đãng...

Nhưng rồi sau tao loạn, bây giờ đó... đầy nhà! Người Nùng, Thái... đi xa (họ đi ra ngoài biển!)

Họ nén lòng đau điếng. Họ đi và họ đi! Lác đác có người về... ngó Bồng Lai, họ khóc!

Bỗng dưng một dân tộc thành lũ người lưu vong!

Bỗng dưng bát ngát rừng... từng mảnh lòng nát vụn!

*
Những người nay tới sống, họ không biết Bồng Lai!
Họ vung những bàn tay phá rừng không tiếc của...

Rừng núi giờ của họ! Phố xá giờ dựng lên, nối điện,
dựng trụ đèn, lách len từng thước đất!

Hình như Trời và Phật cũng theo người tha hương...

Bạn ơi tôi rất buồn nhắc về khu rừng cũ... cái nơi
không phải rú... mà có tên Bồng Lai!

Từng ngày từng tàn phai.Từng ngày từng mờ nhạt...
Nước mắt đọng thành thác... thắng cảnh Datanla!

Nếu bạn có ngang qua tôi xin bạn một phút cúi đầu
cho tôi góp giọt lệ cho Quê Hương!
Bạn ơi tôi đáng thương!
Tôi ăn mày dĩ vãng!
Thơ tôi không than vãn... mà chỉ là khói mây...

Coi Như Ký Ức

Hồi đó em mấy tuổi/ sao em giống Má ghê! Hễ anh đi lâu về/ là em ra ngõ khóc...

Gió bay em mái tóc, anh về, xa, đứng, nhìn. Anh thấy em mông mênh... và anh làm thinh... nhớ!

Anh không biết sao nữa... nhớ em, anh nhớ hoài. Ôm em mà tưởng mây... tưởng em là sương khói!

Anh biết em chờ đợi/ và anh cũng chờ em... Nếu em chịu bước thêm/ và anh... thì bước tới...
Chúng mình đâu đến nỗi/ xa nhau đến bây giờ!

Anh làm thơ, nhiều thơ, riêng câu đó buồn nhất! Bao nhiêu năm khuất mặt... em vẫn là áng mây!

Anh nhìn Đông, nhìn Tây... nhìn hàng cây thành phố... nhìn xa ra xa lộ... em là thương là thương!

Có khi em là sương. Có khi em là tuyết. Anh nói gì, không biết. Còi xe lửa vang vang...

Anh lại nhớ Phan Rang. Nhớ Tháp Chàm. Chiêm Nữ... những nàng Tiên nho nhỏ/ trên đá múa như hoa...

Anh nhớ em lắm nha... hai bàn chân ngón út, anh hôn em không trật/ tới chỗ nào dễ thương!

Anh biết em điên cuồng... bởi vì anh xạo quá! Ôi Quê Hương núi cả! Ôi Quê Hương sông dài...

Anh thường nhắc Má hoài... cũng tại em giống Má... Em là rừng xanh lá... là đồng mạ bao la! Em là Tình thiết tha... mình ở xa... ai biểu?

Một Mai Ta Có Con Thuyền

Một mai...
ta có con thuyền
ta thăm Non Nước từ Tiền Giang đi
ta lên tới đỉnh Ba Vì
ta qua Hồng Lĩnh, Xuân Thì của ta!
Yêu Non yêu Nước yêu Nhà
Tình Yêu ta hiểu Tình Là Muôn Năm!

Mà em!
ta chỉ nói thầm
cuối đời Lính Bại ta nằm bình tro!
Một mai không thấy Cần Thơ
không tay vọc sóng nước Hồ Gươm sao?
Muốn tắm mát lên sông đào
muốn ăn sim chín thì vào rừng sâu...
chân ta đi hết địa cầu
rừng thâm núi thẳm biển sâu... mịt mùng!
mai còn sống, một người dưng
mai còn sống cũng lạ lùng cố hương!

Em ơi
chắc biết ta buồn?
đếm đi những giọt mưa tuôn chiều này...
Đếm đi!
Những sợi tóc bay
trên vai em gió, trên tay em cầm
Cũng là tinh nhỉ, trăm năm
cũng là tình chớ, sánh bằng Thiên Thu!
Hôn em...
cái xoáy trên đầu
cái lưng-nắng-gió... bạc màu bà ba

Hứa may em áo dài hoa
tuyết sa biển lệ, trăng tà núi băng...
Hứa may em áo dài hoa
Tuyết sa biển lệ, trăng tà núi băng!

Hôm Nay To-day To-day

Hôm nay nắng đẹp. Đẹp vô cùng!
Tôi nghĩ tới nàng ánh mắt trong
Tôi nghĩ tới nàng như nắng sớm
dễ thương... như những đóa hoa hồng!

Tôi yêu hồng trắng hơn hồng đỏ
Tôi nói: Tình Yêu Đóa Bạch Hường!
Tôi đặt tên nàng Cô Bé Út
Tôi thèm ghé mặt nụ hôn thương!

Em à, em biết hôm nay nắng
anh muốn bồng em ru ca dao
anh muốn dẫn em ra suối ngọc
chúng ta đi dưới những cây đào...

Chúng ta đi tới chân trời mới
anh nói chân trời thua chân em!
Anh nói gì thêm, em biết đó:
"Trên đời không có ai hơn em!"

Hình như tôi nói cùng hoa nắng
tôi thả hôn tôi cho mây đưa
chẳng biết có qua rừng núi cũ
có về đuổi bướm giữa vườn thơ...

Em ơi tôi nhớ em từng bước
mà rất âm thầm đây nhớ nhung
Một chữ nhớ sao lòng diệu vợi?
Quê Hương đẹp nhất bởi quê lòng...

Tùy Bút Mưa

Ít khi mưa buổi sáng, thường thì mưa xế trưa, từ những giọt mưa thưa..đến mưa rơi tầm tã...

Mưa thì buồn, buồn quá... như là mưa đang mưa. Buổi xế chiều âm u. Trời xế chiều buồn lạnh...

Những con chim đi tránh, mưa tạnh muộn, không về... Thương cho chim quá đi, tối nay ngủ đâu nhỉ?

Mai ai buồn cho chị? Mai ai buồn cho em? Nếu ngày mai nắng lên, vườn cây chim không hót!

Dù nắng mai có ngọt, mình chưa khát nước mà... Cơn mưa chiều hôm qua, lòng vẫn còn ẩm ướt!

Bài thơ tôi làm được... hình như không nội dung?

*

Nhiều khi buồn mênh mông muốn tìm được một ý
nói mênh mông cho phỉ tình ta yêu quý ai...

Có nhiều khi buổi mai mưa bay qua bờ giậu. Con
chuồn chuồn mới đậu đã bay mất đâu rồi...

Dám nó bay lên đồi? Có thể rơi xuống lũng. Đà
Lạt xưa tôi sống một kiếp như chuồn chuồn...

Không nhớ thì ít buồn. Nhớ sao đau lòng thế? Bạn
viết thư qua kể, Đà Lạt chừ thưa rừng...

Những con nai nhón chân đã mất vào quá khứ...
Những ngôi nhà biệt phủ giữa rừng bỗng lẻ loi!

Người ta hết yêu người, mình tương tư con suối...
Phải chi nghe ai hỏi suối có về biển không?

Mình nghe đau thắt lưng... mưa trời ơi buổi xế.
Mưa tạt vào bệ cửa, không một bóng ngựa qua...

Một đồi Cù bao la, hoa quỳ còn mấy đóa...
Vườn Bích Câu người lạ tới mở một nhà hàng...

*Đà Lạt ơi lang thang ngỡ ngàng mưa tứ xứ! Vòng
tay tôi khép mở... chỗ nào cũng... Không Gian!*

Đà Lạt Mưa Đầu Mùa

Đà Lạt bắt đầu mưa... Mưa đầu mùa lác đác. Từ Cầu Đất, Trại Mát, mưa bay lên Vạn Thành...

Rừng đã có màu xanh, hoa đào thì rụng hết! Những hạt mưa dễ ghét/ làm rụng hết hoa đào!

Em ơi, hôn chỗ nào/ cho em hoài sửng sốt? Hôn nhé em trên tóc - tóc thề bay trên vai...

Hôn em nhé bàn tay, bàn tay năm ngón bút... Ô mà sao em khóc? Em cũng là mưa ư?

Em ơi Tình Thiên Thu... những nấm mồ nghĩa địa... những cây nhang đẫm lệ, nửa chừng khói không tan!

Tôi muốn quỳ trước Nàng: Ngọn Núi Bà Cao Ngất! Tôi lạnh run bần bật... ông Phật cứ mỉm cười!

Chuông Linh Sơn rơi rơi/ rớt xuống Chùa Linh Thứu. Con gà nghe bối rối/ gọi Thánh Nicolas! (*)

Đường Yersin tôi qua, ngó mái nhà Bưu Điện, những bức thư tê điếng/ gửi cho em, tới không?

Ghét cái má em hồng! Ghét môi em màu tím. Ghét quá đi kỷ niệm/ kết dài những chùm hoa...

Đà Lạt từ kiêu sa/ đến như là hoang mạc... nắng thì nó xơ xác, mưa thì nó âm u...

Chiếc khăn quàng em lau/ giùm anh bao giọt lệ? Cẩm Tú Cầu em bế/ con của anh là Thơ!

Đà Lạt mưa mưa mưa... Tóc em vừa cắt bớt/mà giọt mưa quá ngọt/ chảy dài trên sống lưng!

(*) Nhà Thờ Chánh Tòa Đà Lạt còn gọi là Nhà Thờ Thánh Nicolas, có đặt biểu tượng Con Gà Trống. Đây là Nhà Thờ xây thời nước ta Pháp thuộc, Con Gà Trống là huy hiệu của Giáo Hội Pháp (thời không theo Giáo Hội Roma).

**Nhìn Đàn Chim Thiên Di
Bay Về Rừng Núi Cũ**

Bay qua trời Nebraska (*)
580,000 con di điểu.
Người ta đếm không thiếu
từng con sếu đang bay...

Chúng bay về hướng Tây
chúng đi lên hướng Bắc
Canada hết tuyết
chúng bay về Quê Hương!

Đàn sếu thật dễ thương
chúng có lòng đoàn kết,
chúng bay đẹp thật đẹp.
Mỹ đẹp cũng nhờ chim!

Em ơi anh nhớ em,
Chim Bồ Câu Sông Hậu! (**)
Ôi con chim từng đậu
trong trái tim của anh!

Em mang khẩu trang xanh,
em chừa lại đôi mắt,
là trời xanh không tuyết
là tình em trong veo!

Người ta đang ngó theo
đàn chim về rừng cũ...
và... tôi ngó tôi nhớ
một em thôi! Người Yêu!

Phải chi tôi dám liều
như thời tôi ở Lính,
đã có em bên cạnh
chờ chi nhỉ máy bay?

*Đã hơn một năm nay
máy bay không cất cánh,
buồn như còn mùa lạnh,
buồn quá đời tha hương!*

(*) https://zingnews.vn/the-gioi.html
(**) Con gái Cần Thơ (Hậu Giang) nổi tiếng có đôi mắt đẹp giống như mắt chim bồ câu, được gọi là "mắt bồ câu".

Miếu Ông Cọp Trên Đèo Belle Vue

Lập ra Miếu Ông Cọp để thờ Chúa Sơn Lâm. Xuất phát tự thâm tâm: Muốn bình yên bốn cõi!

Bốn mùa đều nhang khói không phải vì Dị Đoan, không phải vì Si, Sân mà vì lòng tin tưởng.

Có miếu thờ Ông Tướng, có Miếu thờ ba Quân... Thờ gì mà người Dân nghĩ mình được Phù Hộ!

Ai làm cho dân khổ thì dân rất đỗi buồn. Có thể dân rất buồn... bỏ Quê Hương đi hết!

Đi... đường xa, chắc chết, ở lại chết còn hơn! Vì nấm mộ Tổ Tiên! Vì cháu, con, mà ở!

Sống giữa rừng, mắc nợ! Nợ núi rừng nuôi ta... Nên cái Miếu thờ kia, biết bao nhiêu Tình, Nghĩa!

Có nhiều người mai mỉa: "Sao người mình u mê? Nếu thấy cọp beo về sao không ra sức đuổi?".

Đó là một câu hỏi... đã có câu trả lời: "Cọp chỉ hại một người! Cọp khác quân mọi rợ!".

Vì cái ăn, cái ở, dân ta quyết giữ rừng, dân ta trải tấm lòng cho Trời, cho Đất thấy!

Ai đi ngang qua đấy - giữa đèo giữa Dran, ngào ngạt mùi khói nhang, mùi Quê Hương thơm ngát...

Rồi bạn lên Đà Lạt... rồi bạn ngắm hoa đào... bạn sẽ vui biết bao... tình nghĩa đời bất tận!

Nếu bạn có lời khấn: Xin Tổ Quốc Bình Yên!

Nếu bạn có lời nguyền: Xin Trọn Lòng Với Nước!

Tôi tin bạn được Phước! Tôi tin đời được Vui! Tôi tin giữa đất trời Tình Người Là Vĩnh Cửu!

**Thu Biếc Có Chàng Tới Hỏi
Em Thơ Chị Đẹp Em Đâu**

Thu biếc có chàng tới hỏi: "Em thơ chị đẹp em đâu?"
Tôi buột miệng chỉ một câu, em cúi đầu thưa... ấp úng...
Chưa nghe mà tôi thất vọng, nghĩ mình không nghe rõ chăng?
Chúng tôi cùng nhìn xa xăm, cánh rừng cánh rừng bát ngát...

Mười năm hết rồi đạn lạc. Mười năm hết rồi bom rơi.
Vẫn còn mây bay trên trời. Vẫn còn gió nghe hiu hắt...
Tôi với em cùng nhắm mắt, mùa Thu như ở trong hồn.
Em không nói được tiếng buồn. Tôi buồn tôi cũng im lặng...

Mùa Thu đường Thu xanh nắng. Con nai hiện ra, chạy đi
Con nai phóng qua cái khe. Con nai chạy về chân núi.
Hai đứa chúng tôi chạy đuổi những con bướm vàng bay bay...
Em nói một câu nghe hay "Chắc Chị đang bên bờ suối".

Tôi cầm bàn tay em thổi tóc em lùa bốn kẽ tay...
Tóc em thành những sợi mây, thành hoa nở đầy con suối
Không thấy có ai đi dưới những áng mây trời trên cao...
Thế thì chị em ở đâu? Không lẽ trong lòng tôi mãi...

Thật thì những người con gái không hề có cánh bay xa
Chỉ có áo lụa hai tà hương gió thơm phả trong ngực?
Tôi nghe tim mình thao thức, tôi nghe lòng tôi bâng khuâng...
Tôi nhớ câu hỏi mùa Xuân: "Em thơ chị em đâu vắng?"

Ô kìa bướm vàng, bướm trắng, bướm xanh, bướm tím trong rừng
Hoa quỳ nở vàng rưng rưng hoa quỳ nở vàng rưng rưng...
Em với tôi cùng dừng chân hái hoa quỳ vàng, đắm đuối...
Không thấy ai ngồi bên suối. Suối cười róc rách lung linh...

Mùa Thu rừng còn lá xanh mong manh cái hình nắng chiếu
Em thơ ấp úng, tôi hiểu... rừng mùa nào cũng rừng hoang
Em thơ không hiểu chữ Nàng nên tôi mới dùng chữ Chị...
Con nai qua hai Thế Kỷ... tôi về thăm lại rừng xưa...

Đà Lạt chiều nay không mưa, tại sao hai mắt tôi ướt?

Trời ơi ai mà hiểu được xin cho tôi lụy vì Tình...
Tôi muốn tôi đứng một mình, "Em thơ em về đi nhé!".
Con suối hình như đầy lệ chảy từ ngóc ngách Cam Ly?

Cảm Ơn Trời Mênh Mông

Trở về thăm phố cũ/ thấy mình sao bơ vơ... bởi mình khác hồi xưa, phố với mình đã lạ!

Hàng phượng tím xanh lá/ lác đác vài chùm hoa/ ngày xưa hay ngày xa/ hàng phượng tím chưa có...

Ngày xưa là lề cỏ/ chỉ trồng hoa chơi thôi... còn thông thì trên đồi, thông che xanh thành phố...

Xưa, đây, thành phố nhỏ, nay nó, thành phố to. Người ta bắt thời cơ, người ta xây đời mới...

Và người ta ca ngợi/ việc của người ta làm! Mình không biết, không ham/ vì mình ở xa quá...

Ngay đến mình cũng lạ/ khi mình ngó vô gương! Ai biểu mình tha phương? Ai biểu mình cầu thực?

May mình không ăn cướp... May mình không xa luôn. Mình vẫn ở núi non. Mình vẫn ở rừng thẳm...

Chỉ có gì mằn mặn/ khi nước mắt mình sa! Đâu cũng cõi người ta, người dưng thì... bá tánh!

Đà Lạt, thành phố lạnh. Mình trở về, nóng ran! Những rừng thông bạt ngàn, bây giờ đường phượng tím!

Mình đi tìm kỷ niệm. Mình thấy mình bơ vơ! Mình không ai hẹn hò. Mình là khách nhà trọ...

Đợi mùa hoa tím nở/ chắc là mình buồn hơn? Ngó cái bảng tên trường... Nhớ ôi! Hành lang gió...

Nhớ ai đi trên cỏ, guốc mộc, gót chân hồng... Cảm ơn trời mênh mông! Cảm ơn dòng suối đục...

Cảm ơn mình được khóc/ những ngày về Cố Hương...

Dran

Người chỉ qua Dran
một đôi lần, mà nhớ
Ta ăn đời ở thuở
Dran làm sao quên!

Dĩ nhiên ta nhớ em
Cô học trò mười bảy
Ta nhớ buổi sáng ấy
Hoa nở một bờ sông...

Người ta đi bỏ rừng
Người ta đi bỏ núi
Bỏ lại ta thui thủi
Bỏ lại buồn lê thê...

Ta lên tới biên thùy
Ta về tới góc biển
Hàng năm chim én liệng
Mùa Xuân ta bơ vơ...

Mười bảy tuổi hồi xưa
Xưa như cau vườn Ngoại
Chín nhiều không ai hái
Từ khi ai lấy chồng...

Người đi qua thôi dừng
nữa, Dran, người ạ
Hãy nghĩ ta chiếc lá
vàng, bay, nơi quê xa...

Dran buồn bao la
Khi sương mù phủ núi
Ta về, cũng thui thủi
Thôi, về nữa làm chi?

Ước Chi Về Được Bây Giờ Nhỉ
Đà Lạt Mình Mưa Tháng Sáu Buồn

Nhớ, nghĩa là sao? Có phải buồn?
Mà buồn sao nghĩ tới ai luôn?
Má ai hồng vậy như hoa sớm
Hai cánh tay tròn thấy muốn hôn!

Ờ nhỉ nhớ ai từ mái tóc
Nắng vàng chải mượt gió đong đưa
Mà xa không được bờ vai ấy
Mà giấu nụ cười như ước mơ...

Có lần tôi mở pho từ điển
Xem Nhớ là sao có lạ kỳ?
Chỉ thấy nghĩa là ta-cảm-biết
Bỗng-dưng-thầm-nhắc-thấy-đê-mê...

Ồ ra một chữ thành câu giải
Chẳng thấy có gì trong sáng hơn!
Cái dạ tối tăm mình nhớ quá
Tóc ai thơm ngát buổi hoàng hôn...

Này o Tôn Nữ trong Thành Nội
Ai khiến xui o mặc áo dài?
Cho nhớ trăm năm cờ Thủ Ngữ
Vàng mơ trong nắng một chiều bay?

Hình như nhớ có vương trong gió
Rồi vấn vương lòng ta nhớ nhung...
Không phải biển khơi mà thẳm thẳm
Trường Sơn xanh biếc những ngàn thông...

Ước chi về được bây giờ nhỉ
Đà Lạt mình mưa tháng Sáu buồn
Hoa ở Bích Câu đều nhỏ lệ
Nhớ nàng Tôn Nữ tóc như sương...

Xin Trời Một Bình Minh Khác

Em nói hôm nay em khác/ sau khi đi-Bác-Sĩ về...

Soi gương, thấy mình hốc hác... anh thấy em, chắc anh chê? Em nói rồi em khóc mê. Em nói rồi em khóc mệt... Em vẫn thơm mùi hương quê!

Quê Hương mà anh hứa về... Quê Hương có mùi rơm rạ... Quê Hương có ao thả cá, chiều chiều em rửa gót sen...

Quê Hương đồng nghĩa là Em, đồng nghĩa Ơn Tình lai láng. Quê Hương đỏ ngời buổi sáng, tang thương, tán loạn tàn binh...

Chưa bao giờ em hết xinh! Em là Quê Hương hứa hẹn... khi em ống quần đen vén cho cây lúa trổ đòng đòng...

Em ơi hai má em hồng/ sao ông Bác Sĩ không thấy? Hay tại anh đi lên rẫy/ đi tìm những mụt măng le?

Anh theo những con chim bay/ vượt trùng trùng khơi ra biển... nên chi mặt em xanh biến/ những tàn nhang ẩn cái duyên?

Em nói rồi em nhắm nghiền/ hai con mắt buồn xanh tái...

*

Quê Hương bao giờ trở lại? Hỡi trời không có máy bay! Hỡi cơn dịch lũ lắt lay... chích ngừa chỉ là hy vọng?

Anh không muốn em cái bóng... vang vang cái bóng thời gian... Anh không muốn thấy lửa tàn nên anh khêu cho em ấm...

Em à, anh yêu em lắm/ dẫu em có tạ có tàn/ hai đứa mình đi lang thang/ nhặt lá cho rừng thay sắc...

Xin trời một bình minh khác, sáng thơm thoang thoảng hoàng lan...

Nửa Trái Sim Trong Miệng

Ăn của rừng, khóc thiệt chớ!
Một trái sim ăn nửa... còn một nửa đem cho.
Ai mà có yêu rừng, yêu thơ chắc bằng vậy...
Mà người ta mười bảy... rừng ơi và núi ơi!

Con sông nước vẫn xuôi
con đò ngang sóng đỡ
đã qua bờ bên đó
"đáo bỉ ngạn"... buồn, vui?

Vườn dừa lá xanh tươi
gió phù sa mát rượi
chải tóc ai con suối
con suối vàng Cam Ly!

Người đi, người đã đi
bên nay rừng, ai đứng
rồi lòng ai chết sững
muốn quên... mà làm sao?

Lên lăng Nguyễn Hữu Hào
thắp cây nhang khấn nguyện:
"Cho con được ra biển
cho con đừng trở về!"

Chưa ai ăn sim nha
Ăn nguyên một trái cả!
Đừng ai lấy làm lạ
Quảng Ngãi, Trái Móng Tay... (*)

Mười bảy tuổi, hôm nay
chắc đã mười tám tuổi?
Cứ vậy nha đừng hỏi
sao nhớ hoài khôn nguôi?

Gió phù sa chải mướt tóc người
Tôi muốn vuốt, mà thôi, vuốt mặt!
Ai cầm con dao ra vườn cắt
từng cọng rau... bữa chiều ngon cơm!

Phải chi hồi đó ôm
cả người em, hôn một miếng!
Nửa trái sim trong miệng
Nửa trái sim... lim dim!

(*) Chúa Nguyễn Ánh nghe lời Võ Tánh và Ngô Tòng Châu không giải vây thành Quy Nhơn (năm 1801) mà đem quân tiến ra phía Bắc quyết chiếm lại Phú Xuân. Trên đường hành quân cam go, ghé lại chờ đi tiếp ở Quảng Ngãi, quân không có gì ăn phải ăn trái rừng; có loại trái rất nhỏ nhưng xum xuê, Nguyễn Ánh bảo lính cứ hái ăn, ông bấm ngón tay vào vài trái làm dấu... Bây giờ rừng Quảng Ngãi vẫn còn trái-móng-tay (xem thêm cuốn Chùa Đàn của Nguyễn Tuân)... vì có dấu móng tay! Nguyễn Ánh sau đó lấy lại được Phú Xuân, giải phóng luôn miền Bắc, về lại Huế lên ngôi, tức Vua Gia Long, năm 1802.

Tháng Tám Trời Chớm Thu

Tháng Tám Đà Lạt mình trời chớm Thu mau nhỉ! Năm nay mưa tê tỉ vẫn còn mưa tỉ tê, em nói đợi anh về, chỉ mưa về rả rích, chỉ những đêm tối mịt, chỉ những ngày âm u…Đà Lạt như chớm Thu, lá vàng bay trước ngõ, hoa giấy tàn theo gió, đường xa trăng nhạt nhòa…

Em mới gửi thư qua viết như thời đi học, những câu văn lúp xúp chạy theo bước thời gian, quyện trong cái mơ màng những chiều rừng sương khói. Đọc thư em, anh thổi tình em sao không bay? Thư em cầm trên tay, nhớ em nằm trong ngực, em, trái tim thao thức, em, Đà Lạt mơ hồ…Ôi những ngày xa xưa, lá vàng sân trường Nữ, em, kìa em đứng đó, gió bay tóc thề thơm…Đà Lạt anh chưa hôn lần nào môi em đợi, rồi tháng ngày đi tới, rồi tàn cuộc chiến chinh, rồi anh vào rừng xanh không xanh như Đà Lạt…

Tháng Tám lá đang hát những bài tình tự xưa…ai đang hái hoa mơ bên bờ Cam Ly vậy? Ai cản dòng nước chảy bằng hai bàn chân son? Anh tưởng tượng dễ thương cô học trò đĩnh ngộ, anh vẽ em để ngó đôi mắt bồ câu ơi…

Đôi mắt em chứa trời, chứa tình anh biển thẳm. Anh dùng mực xanh đậm tô tròng mắt em đen, anh viết một chữ Duyên làm mây che vầng nguyệt. Em ơi em mà biết anh yêu em thế nào…Anh nhớ cờ hoa lau, anh nhớ màu áo trắng em bay trong ngày nắng, em run trong ngày mưa, anh nhớ buổi chào cờ mặt em nghiêm, thương quá!

Đà Lạt không hề lạ, tháng Tám trời chớm Thu…

Ăn Của Rừng Rưng Rưng Nước Mắt

Em đi vào rừng
tìm trái sim chín
em đưa cho anh
nói: "Ăn Đi, Kỷ Niệm"

Trái sim chưa chín
màu tím chưa đầy
anh cất đợi ngày
trái sim thật chín...

Anh ăn nửa thôi
nửa dành cho người
anh thương nhớ lắm
nhớ mây... thật trắng!

Em quần lãnh đen
má hồng rất duyên
đồng tiền lum lúm
xinh vô cùng xinh...

Chao ôi cái tình
ăn mà ứa lệ...

Ca Dao: *"Đói lòng ăn nửa trái sim,*
uống lưng bát nước đi tìm người thương!"

Rồi Sẽ Có Một Ngày

Rồi sẽ có một ngày hai đứa mình thành gió bay bay từng ngọn cỏ, rung rinh từng cành hoa...

Rồi sẽ có một ngày...
trong cái cõi người ta, mình bay ra biển lớn, mình làm cho sóng gợn, anh nói tóc em trôi...

Ôi suối tóc tuyệt vời uốn quanh từng bờ đảo, anh choàng em tấm áo, em thành mùa Xuân xanh...

Khi trời đất lạnh tanh, anh gọi em mùa Hạ cho xanh từng chiếc lá, cho nồng nàn mặt trăng...

Rồi khi nào mùa Đông, anh ôm em thật chặt, hai đứa mình bay mất... vào tận cõi Thiên Thai...

Đà Lạt có Bồng Lai, có Bích Câu Kỳ Ngộ, mình gặp nhau ở đó, rồi mình bay lên trời...

Em ơi em tuyệt vời! Em là người tuyệt sắc! Anh mất công lượm nhặt hết sao ném bỏ đi...

Chúng mình không có gì ngoài trái tim cùng nhịp, không chim nào bay kịp... theo Tình Yêu chúng mình!

Em! Em đừng làm thinh hỡi pho tượng Ngọc Thạch, hỡi chữ từng trang sách từ Ngũ Kinh Tứ Thư...

Bây giờ mình từ từ, anh bồng em lên núi, lên Đà Lạt vời vợi, lên biển trời mênh mông...

Chín Bài Lục Bát Bốn Câu

1,
Đưa hai tay hứng mưa chiều
Bao nhiêu nước mới là nhiều, thưa Em?
Bao nhiêu nhớ, một lần quên
Để em cái mặt đừng nghiêng nghiêng hờn?
2,
Có con chim ở góc vườn
Cô đơn đứng hót. Cô đơn. Một mình!
Nếu bây giờ nó làm thinh
Chắc chi Non Nước thái bình mà mong...
3,
Bao nhiêu nước chỉ một dòng
Con sông trước mặt, trong lòng, giống nhau?
Bây giờ Ngoại ở vườn cau
Em theo chồng có về mau ra vườn?
4,
Chắc gì em nhớ em thương
Cây đa bến Cộ có buồn bớt không?
Chắc là không... bởi con sông
Từ em lìa bến mà mông mênh hoài...
5,
Và anh... anh chẳng nhớ ai
Em hồi mười bảy tóc dài ngang lưng
Mặt em, đôi má thật hồng
Đôi môi thật thắm,... mưa vòng tới eo!

6,
Cái Eo Gió dưới chân đèo
Em quên Ngoan Mục mưa chiều hồi xưa
Miếu Ông Cọp chẳng ai chờ
Đốt cây nhang nữa cầm hơ núi rừng!
7,
Con cọp chạy khắp núi rừng
Nó gặp con ngựa, nó mừng ra sao?
Giống anh hái nụ hoa đào
Ép thư thật mỏng để vào tay em?
8,
Em đừng nở nhỉ nụ duyên
Em bao nhiêu tuổi vẫn hiền như trăng...
Ngửa tay anh hứng mưa giăng
Giọt nghiêng, giọt thẳng, giọt nằm... buồn hiu!
9,
Thưa em, đó một buổi chiều
Anh không uống rượu vẫn xiêu đất trời
Chỗ nào thì cũng xa xôi
Quê Hương, Tổ Quốc... và Người Mình Thương!

Thơ Lục Bát Của Lệ

Quê người... có núi có sông. Quê Hương mình với quê lòng mình đâu? Núi kia, sông đó, cúi đầu... Quê Hương với quê lòng màu khói mây?

Dợn chiều khói sóng lung lay, hai bên bờ nước hàng cây cũng buồn! Nếu mà nghĩ đó, Quê Hương chắc chi nước mắt không tuôn, bây giờ?

Núi xa. Sông thẳm. Rừng mờ... Biển thì cũng vậy! Không bờ đại dương! Nhớ đi liền với chữ Thương, em thì thương nhớ vẫn cuồn cuộn anh!

Nghĩ em, sóng mắt long lanh... Nghĩ em cái lược thình lình buông rơi... Tóc em gió chải mà rời như từng giọt lệ, ai người hứng em?

Thưa mình, anh nói rất êm để cho đất cứ như liền chân mây... Thưa mình, anh nói bằng tay để cho nước mắt em đầy chút nha...

Em từng nói rất thiết tha... câu em nói chỉ nha nha dặn dò... Bóng câu. Cửa sổ. Con đò... Có con ngựa nữa... Không ngờ trống trơn!

Máy bay đáp xuống Sài Gòn... Quê Hương còn một chữ Buồn. Thế thôi. Quê lòng quê của tôi ơi, Lá me phố cũ rụng hồi rất xưa...

Em biết rồi?
Em biết chưa?
Máy bay anh đáp xuống bờ biển dâu...

Vang Bóng Một Thời

Ở đây chỉ núi chỉ rừng
không sông không suối như từng không mưa...
Rừng thưa, rừng rất là thưa
không lau lách dựng chỉ vừa chim bay...

Mà thương quá đỗi từng ngày
rung vai nghe rụng tóc dài trên lưng!
Nghĩ mai mốt sẽ xa rừng
về chơi phố thị để lòng ngã tư,

rồi đi hớt tóc tạ từ
rừng xưa núi cũ và người chiêm bao...
Nghĩ mai nghĩ mốt chừng nào
xô nghiêng cái núi đạp rào mà đi?

Mấy năm tù là biệt ly
Mấy năm tù chẳng có gì là thơ...
Chiêm bao thì cũng là mơ
Nhắm con mắt hỏi em chờ anh không?

Sắc trời nhàn nhạt mông lung
chim bay lá rụng nghe rừng muốn bay...

Miếu Ông Cọp

Đường đi sương tiếp mù sương!
Đường chân mây vẫn con đường chân mây...
Núi cong cứ tưởng chân mày
Rừng xanh cứ tưởng vòng tay mình choàng!

Con đèo đó không vội vàng
Xe lăn bánh chậm thở toàn sương mây...
Anh về em đâu có hay?
Khi qua đèo Cậu còn bầy chim xa...

Mù sương mù sương không sa
Và mây cũng vậy chỉ là hư không!
Thắp cây nhang khói tỏa vòng
Cảm ơn xe chọn chỗ dừng quan san...

Lang Thang Tơ Ri

1,
Giấc ngủ trưa... Không ngủ thấy buồn buồn
mà ngủ dậy, thấy còn buồn hơn nữa!
Không lẽ mình vừa với tay mở cửa
gió lùa vào, lành lạnh gió heo may...

2,
Đang mùa Hạ. Hoa La Jacajanda nở đầy
dọc con phố cái màn dày màu tím.
Cái màu tím cái màu của kỷ niệm
của ngày xưa, chắc vậy đó... nên buồn?

3,
Mở máy chơi. Bài Tứ Tuyệt muốn tuôn
bốn câu nha, đừng dài hơn, mệt lắm!
Đang mùa Hạ, trời mát nhiều, âm ấm
khéo mà mưa, có thể sắp trời mưa?

4,
Ở Việt Nam mùa giông bão tới mùa
gió lồng lộng từ Nam ra tới Bắc.
Gió có khi làm ruột gan người thắt
gió cũng có khi làm tắt lửa lòng!

5,
Con nít giờ không hiểu nghĩa Non Sông
chỉ ngơ ngác ngó ra trời biển rộng...
Nói dễ thương: Ông ơi kìa biển sóng
chắc chìm sâu hết rừng núi, phải không?

6,
Má trẻ thơ đứa nào cũng hồng hồng
như hoa nở, hôn thơm lừng, ôi gió!
Ai mười bảy hồi xa xưa có nhớ
gió hiu hiu vừa đủ tóc bay bay...

Cảm Ơn Trời Tôi Vẫn Có Thơ

Để thử một ngày không quét sân. Để thêm ngày nữa, thấy gì chăng? Em ơi lá chất lên nhiều lớp, cứ ngỡ ai vừa để dấu chân...

Chưa phải mùa Thu, lá đã vàng. Lá bên hàng xóm chắc hoang mang, rào thưa và thấp thì bay tới, sân của nhà mình ai ghé thăm?

Ai nhỉ? Ai không hình với bóng... Ai từ cõi khác ghé đây chơi? Vườn mình có cái phong linh, ngộ, Gắn đó sao không chạm tóc người?

Có thể tóc thề nên quá ít... Tóc mai dài vắn vén cho duyên... Dãy hoa nép mặt hay ngồi xuống/ thả lá hồ bơi những chiếc thuyền?

Hai ba ngày lá sân vàng rượi... giống mặt em chờ anh thuở xưa. Cũng giống cuối mùa Xuân tiếp Hạ... gió buồn nên gió thổi bay mưa?

Nắng, gió, mưa, sương... ngày trọn vẹn/ cho thơ anh trải đón em về.

Mười năm chưa đủ, mười năm nữa, vườn vắng tiêu điều cho giống quê!

Hạ xuống chữ quê nhòa nước mắt... Má không còn nữa quét sân nhà. Tàu cau có rụng càng thương Ngoại... Một chút tình quê xa quá xa!

Một chút tình quê thêm mấy chút, chất lên cao ngất núi Lâm Viên. Em à, anh nhớ thương Đà Lạt. Nhớ phấn thông vàng loang bảng đen...

Nhớ lắm học trò môi tím ngắt/ chưa lần nghịch ngợm điểm tô son... Cái thời con gái còn con nít/ hai má hồng chỉ để nắng hôn...

Tôi tự dưng nghe lại tiếng lòng/ mình từng thưa thốt với Non Sông... Sông không hề cạn, non không thấp... chỉ có rừng thưa... nhớ não nùng!

Mùa Thu Giữa Tháng Năm Tây

Trời chưa phải mùa Thu. Sáng nay buồn như Thu.
Lá vàng bay trước ngõ. Gió trong vườn vi vu...

Mùa Thu như thế đó/ không lẽ mới giữa năm?
Không thấy ai giai nhân/ cười cho mình chút nhớ!

Nhớ thì nhớ xa xăm. Nhớ không gì gần gũi. Đường
không ai lầm lũi/ hay chờ xe bus đi ngang...

Thôi thì nhớ lang thang/ thả hồn bay trong gió...
Thương chiếc lá ngoài ngõ... chắc còn sót năm xưa?

Coi như nhớ ai xa... Nghĩ về mùi của Mẹ... Về mồ
hôi của Cha... Nghĩ về một làn da...

Tà áo dài trong gió... Dáng người đi trong phố...
Hàng cây thưa nắng nhỏ/ giọt bình minh rưng rưng?
*
Bao nhiêu năm xa rừng, sáng nay tôi nói nhảm. Một
phần trời ảm đạm, một phần tôi không vui!

Mà không lẽ ngậm ngùi/ cuối đời một người lính/
già nua và vô định, tàn phai và tàn phai?

*Tôi chỉ chạm tới ai/ bóng giai nhân trên phố/ coi
như mình một chỗ/ nhớ dáng người trong mơ...*

Ngày Hôm Nay Ngày Của Mẹ

Oh! Ô! Ôi Hôm Nay là Ngày Của Mẹ! Mother's Day! Happy! Happy very Happy to You! Tôi xé tôi từng lớp lớp sương mù, thương Má quá - nấm mồ xanh cỏ lợt...

Ông Nguyễn Du không ít lần đã thốt: «Quê người cỏ lợt màu sương, đường xa thêm một bước đường một đau!". Hai câu đó, Xưa hay Sau... hay bây giờ cũng chỉ Một Lời Than Thở!

Có Quê Hương, triệu triệu người không ở! Triệu người đi, mấy vạn chết trên đường? Mấy vạn còn... còn triệu triệu đau thương, Đi là Chết mà không đi cũng chết!

Chết là Hết! Sống thì Còn - còn tha còn thiết - một mái nhà đơn sơ, những cánh đồng xác xơ! Những ngọn núi cao mây sương mờ mờ, những khu rừng à um cọp đói!

Dù phải chết, nắm thây tàn được gói trong áo quần... rồi ném biển trôi xa. Tổ Quốc ơi! Ơi hỡi Nước Non Nhà, đau đớn lắm nén nhang tàn lửa tắt!

Ôi hôm nay là Ngày Vui có thật? Ai sống còn, còn nhớ Mẹ Thương Cha, còn nhớ thương Tiên Tổ Ông Bà... còn nước mắt và nụ cười chan chứa...

Không ai nợ! Không có ai mắc nợ... chỉ mắc tình - Tình Bất Diệt Nhân Gian! Má ơi Má, con viết vội viết vàng Hai chữ Chúc Mừng con gửi về Má nhé...

Hãy nói với con nha những lời nhỏ nhẹ! Hãy vuốt đầu con dù tóc bạc ít nhiều! Con xanh hoài Má ạ, chữ Thương Yêu, dành cho Má, cho Ngoại mình, cho vườn cau Nam Phổ.

Hãy mở lòng bàn tay cho con được nhỏ
xuống nấm mồ của Má... giọt Tha Hương!

*

Má ơi Má, hôm nay Má vui hay Má buồn, con biết rõ bởi hoàng hôn rất lạnh! Cái bếp lửa hồi nào lửa bùng lên óng ánh... nắng chiều sa... xa xót nắng chiều xưa...

Sáng Không Nghe Chim Hót

Sáng không nghe chim hót. Chiều qua, chim không về... Những nhành liễu lê thê, buồn nhiều hơn mọi bữa...

Tôi tả thế là nhớ... Nhớ quá, từ tiếng chim. Không ai hỏi "Sao em/ mà anh không nhắc tới?".

Chắc chắn tôi bối rối! Nhưng ai hỏi gì đâu! Lạ! Những con bồ câu, sáng nay cũng không có...

Không lẽ bão đang ở/ Florida sắp sang? Bão mùa này dữ dằn, chim biết trước, đi trốn?

Tưởng tượng cảnh hỗn độn, mai mốt bão qua đây, bão cuốn cuộn hết mây/ ở chân trời lên đỉnh...

Mưa sẽ trút cái lạnh/ khủng khiếp hơn mùa Đông? Nước Mỹ, bão lòng vòng, tả tơi từng mùa Hạ...

Sắp tới Ngày Của Mạ. Tháng sau, Ngày Của Ba.
Em ở Arizona, bão ngoài mưa, còn cát...

Bão làm mặt em rát... Bão làm tay em run... Bão làm em cô đơn... Em sẽ buồn vì bão?

Những con chim thay áo/ sau cơn bão sẽ về?
Em cắt bớt tóc thề. Buồn nào hơn thế nữa?

*

Thơ tôi sắp tới chỗ... vũng mực đọng đen ngòm...
Em Thơ à em Thương, chị Đẹp em chắc khóc...

Tôi nhớ tiếng guốc mộc/ vang lóc thóc trên sân. Tôi nhớ và bâng khuâng/ tiếng ve sầu Cổ Lý...

Ba mươi hai năm ở Mỹ... Quê Hương là Trung Tâm!
Những tiếng sấm ầm ầm, những tia chớp lóe lóe...

Nắng không khô giọt lệ... mưa làm mắt đầy thêm...
Bao giờ biển sẽ êm? Bao giờ rừng sẽ lặng?

Ôi bầy chim xa vắng, tôi buồn biết bao nhiêu!

Everyday

Everyday, Mỗi Ngày/ tôi gửi em lời chúc: "Nếu mà em còn thức/ thì em sẽ ngủ ngon!".

Everyday, lẽ thường/ lệ / của em nhìn nắng/ nghe lòng buồn nặng nặng/ chiều nay có mưa không?

Nước Mỹ chừ là Đông. Việt Nam thành Tây Vực. Chao ôi em khổ nhọc/ như Má tôi hồi nào!

Phận đàn bà đớn đau/ đã thành câu Định Mệnh. Nguyễn Du nói sắt lạnh:"Đau đớn thay Phận Đàn Bà, lời rằng Bạc Mệnh cũng là lời chung!".

Tôi nhớ Má vô cùng, lội rừng băng núi để/ thăm con trên trần thế/ trong lao tù lao lung...

Ai gây nên não nùng? Ai khiến người não nuột? Tình không đo bằng thước... bằng nước mắt, mà thôi!

Tổ Quốc tôi ơi ơi! Không ai ời một tiếng... ai cũng lo cái miệng, ai cũng lo áo quần...

Người ta có thể khùng. gười ta có thể dại! Người ta sống thế mãi. Người ta chết... hỏa thiêu!

Hễ tôi sáng, em chiều. Hễ tôi ngày em tối. Em ngủ nha, em hỡi... Anh hôn em tới nơi...

Tới cổ độ không dời... mà con sông đã gãy!

Anh nhớ em mười bảy/ con đò ngang sang sông...

Tìm Hứng Làm Thơ

Mỗi ngày mỗi ngày/ mở báo ra đọc/ thật là khó nhọc/ mới thấy tin vui...

Nghĩa là ít vui/ buồn nhiều lắm lắm! Đưa tay miệng cắn, tay cùn, răng cùn!

Núi sông lạ lùng/ dù rừng bớt bớt/ vẫn đỏ như ớt/ cái màu lửa rơm!

Là vẫn yêu, thương/ là còn muốn khóc/ nghĩ là hạnh phúc/ nghĩa mới Trời cho!

Gì cũng thơm tho, nhất là lời nói... Ai ai cũng giỏi/ Tiến Sĩ, Giáo Sư...

Đọc báo thấy như/ mình người đồng hội/ đồng thuyền đồng tới... một chỗ bao la...

Không có mái nhà/ chỉ toàn vách dựng/ ai cũng đứng chựng/ cùng múa mì xôn...

Thế là mình còn/ lạc quan lắm đó...
*
Nghe tiếng con chó/ sủa gì vu vơ...

Đọc lại bài thơ... thấy chưa chấm hết?

Nghe Buồn Như Uống Say

"Có phải sầu vạn cổ/ chất trong hồn chiều nay?". Thơ Hồ Dzếnh quá hay... hay mình say? Không biết!

Hồ Dzếnh người Hoa-Việt/ chỉ yêu nước Việt thôi... Có lẽ ai làm người/ cũng có duyên có nợ?

Hồ Dzếnh mắc nợ vợ/ có cái duyên với thơ! Đọc ông, thấy người xưa... không có ai từ trước..

... thở dài nghe thườn thượt... "ngỡ hồn mình là rừng, ngỡ hồn mình là mây... nhớ nhà châm điếu thuốc... ".

Tôi, nhiều khi mấy lượt/ chạy theo ông mà thua. Tôi thả hồn vào thơ... thơ tôi nhòa áo lụa!

Trời cho mỗi người có/ cái gì riêng rất riêng... Tôi hay nghĩ tới Duyên - một người yêu có thật...

Một tình yêu như mật/ nhỏ xuống từ nhánh rừng/ cho tôi buồn rưng rưng/ ăn của rừng muốn khóc!

Tôi quả thật nhiều lúc/ nhớ rừng, thấy mình tan/ như sương loang sương loang/ tan trên bờ vai lính...

Cũng nhiều phen bất định... ngỡ hồn mình là mây/ nghe lòng mình ngất ngây/ nghe buồn như uống say...

Thơ Buồn Sáu Chữ

Năm nay không thấy báo đăng/ én đã về chưa chốn cũ... Hằng năm chim về cố xứ/ sau chừng năm tháng tha hương...

Chim đi là chuyện bình thường/ chim về mới là đặc biệt! Không chỉ con người tránh rét/ chim và thú cũng trốn Đông!

Thú thì có thể tìm rừng/ nhiều cây nhiều hang nhiều hố. Còn chim thì theo hướng gió... bay đi tới chỗ mùa Xuân.

Ở Mỹ chim về phía Nam, có thể Chile, dám lắm... Ở đó cuối năm thật ấm, đầu năm còn ấm, trở trời!

Ở đó chim chơi với người. Trở trời, chim, người chào biệt. Cái tình thế gian thắm thiết/ như tình nhân gian, dễ thương!

Năm nay dịch bệnh nhiễu nhương/ quên bẵng mùa chim trở lại... Chắc mình tôi nhớ, thì phải... mà cũng lâu quá, uổng ghê!

Hàng năm nhìn chim trở về... Hằng năm thấy mình có lỗi... Mình, người, nên trôi nên nổi... thêm bao nhiêu chuyện đa đoan...

Bỗng dưng nhớ chữ Bầy Đàn, ngó lên trời không thấy én! Kể ra thì lòng cũng thẹn: Làm người... ít nhớ nhiều quên!

Có nhiều lúc thật vô duyên, có vài câu thơ không đẹp. Thật không biết sao mà khép/ cửa hồn mình rộng muôn phương!

Nghĩ chim còn có Quê Hương...

Nghĩ mình thuyền không cổ độ! Thơ buồn toàn đây với đó/ nhạt nhòa Cố Quận, là sao?

Tình Xa

Mặc dù ngày đã nắng, bầy quạ vẫn chưa về. Chúng đã bay xa lắm... Ai sẽ cho chúng ăn?

Ôi bầy quạ, nhớ nhung cái màu lông quạ khoác... cái nỗi buồn không lợt của người mất Quê Hương!

Tôi không biết sao thương bầy quạ trời quá đỗi! Nếu mà chúng biết nói, nói đi "dễ ghét anh!".

Tôi không muốn màu xanh trên màu lông của quạ. Tôi không muốn gì cả... ngoài muốn thấy quạ thôi!

Quạ không sống mồ côi, tôi ước ao chẳng được! Quạ nối cầu Ô Thước... Tôi lẻ loi bờ sông!

Tôi nhìn nước mênh mông. Tôi nhìn trời bát ngát. Tôi muốn nghe ai hát bài Tình Xa. Tình Xa...

Hai cái chữ Bao La chưa bao giờ thấm thía/ ngọt như là mật mía, ngọt như là... câu Thơ!

Tôi nhớ Mẹ ầu ơ những bài ru trên võng... những trưa Hè lồng lộng, những đêm Thu âm u...

Tôi ngó lên bồ câu. Nghe tiếng gù mái ngói. Tôi chưa thỏa niềm đợi... bầy quạ tôi bay về!

Chừ mà ở An Khê,

chừ mà ở Bình Định

chắc là tôi luýnh quýnh ôm người ta tôi hôn... Hôn cho tới Quy Nhơn, ga Diêu Trì khóc thét. Còi xe lửa y hệt... tiếng buồn vang trong mây!

Chừ tôi vẫn ở đây.

Ôi chao thành phố Mỹ... Los Angeles County... không có sông Cà Ty... không có ga Suối Kiết... Tất cả đã biền biệt Quê Hương tôi, Trường Sơn...

Tất cả đang lang thang những chùm mây rất trắng!

Quạ ơi ngày đã nắng, quạ về với tôi nha! Chỉ bóng mây bay qua. Bóng mây nhòa bóng nắng. Lẽ nào trong thầm lặng tôi khóc ngon... Quê Hương?

Em ơi em dễ thương, bài Tình Xa cứ hát... Tôi thèm cơn gió tạt áo dài em mênh mông!

Công Không Trồng Lòng Không Tiếc

Nhiều cây thông Đà Lạt trăm năm tuổi có hơn, dám ngàn năm, dám muôn, làm lính rừng canh phố... .người ta đã đốn bỏ! Người ta làm thản nhiên như chúng là của riêng... vua Hùng Vương để lại! Người ta dựng thoải mái những nhà rất nhiều tầng nâng cao niềm bâng khuâng, lan tỏa niềm uất hận. Nước Non có cái vận, dân tộc có cái buồn... mà ai mở cái mồm họ bảo đồ-mõm-chó...

Đà Lạt rừng-trong-phố. Đà Lạt phố-trong-rừng chừ giống như Hà Đông mênh mông và bát ngát khắp nơi là tàn ác, khắp nơi là hung hăng! Bảo rằng vì Nhân Dân, bảo rằng vì Đất Nước, những tuyên bố bữa trước là tỉnh bơ bữa sau... Trời trút cơn mưa rào, bạn ơi Thành Phố Lụt! Cái gì còn đã mất, cái gì mất... còn kia: một thành phố não nề. Một thành phố nghĩa địa. Lời trên bia mai mỉa, xói xỉa... cũng không sao!

Bởi vì... ở trên cao lá cờ Sao phất phới! Ai dám leo để tới chấm dấu nặng trên cờ? Tất cả đẹp như mơ đã mờ mờ, tất cả! Nhiều cây thông tiếp ngả, tiếp ngả nhiều rừng thông! Người ta trồng hoa hồng, toàn loài hoa lai giống. Người ta dựng dấu cộng thay Thánh Giá Nhà Thờ. Và cánh cổng của Chùa, chữ Vạn... cũng dấu cộng! Hai cái chữ Hy Vọng là cái họng không lời! Kinh Vô Ngôn, đấy thôi! Đà Lạt ơi ới nghẹn!
*

Một mai đây nước biển ngập lên tới núi Bà trôi hết nỗi xót xa... mới thật là Hạnh Phúc?

Nhưng bây giờ nước mắt đục ngầu suối Cam Ly, những dấu chân người đi vẫn in đầy mặt đá... Mỗi nụ hoa, chiếc lá là Nỗi Niềm Rưng Rưng!

Người ta phá hết rừng... vì không trồng không tiếc!

Người ta không cần biết người dân buồn thế nào...

Năm Năm Một Bài Thơ Chưa Xong

Cách nay đã năm năm, tôi về, em mừng rỡ, khi nghe tiếng gõ cửa/ em mở em bung ra...

Ôi cha là ối cha... bóng chim trời quá khứ! Rồi em như ứ hự, em ngả vào ngực anh!

Lúc đó trời thật xanh, Đà Lạt hồng, em đẹp, anh hôn em mắt biếc, anh hôn em môi thơm...

Mình ở trong vòng ôm/ chưa bao giờ chặt chẽ, chưa bao giờ vui thế/ mà ứa lệ cũng nhiều!

Tuổi nào tuổi tình yêu, bây giờ mình mới hiểu, em bờ môi nhiu nhíu, anh bàn tay rưng rưng...

Sau lưng dãy Trường Sơn/ đứng yên, anh em tựa! Trước mặt mình đồng cỏ, cỏ mây bay bay mây...

Ngày trở về vui thay! Em vẫn hiền như cũ. Anh trở về không rủ, đồng hành anh hân hoan...

Bài thơ này bỏ ngang/ chỗ này em yêu nhé!

Anh uống em giọt lệ, anh bồng em... anh cân!

Má Tôi Không Còn Đọc Thơ Của Tôi Nữa

Chớp bể... là xa, xa lắm?
Mưa nguồn... chắc cũng không gần?
Sao mình lại cứ bâng khuâng
muốn mưa tới ngay trước cửa?

Chắc tại mình nhớ ai đó
xa như chớp bể mưa nguồn?
Không biết người ta có buồn
như mình đang buồn không nhỉ?

Một câu hỏi như sợi chỉ
se hoài mà chẳng luồn kim
chỉ nghe tiếng đập con tim
nỗi buồn trong lòng thao thức!

Muốn nhắm mắt đi đừng khóc
như khi ngồi giữa lòng ghe
Muốn bịt tai đi đừng nghe
sóng vỗ ào ào bên mạn...

Nếu mà trời đừng có sáng
Nếu mà trời đừng có chiều
đừng hỏi Má lo bao nhiêu
để cho con đi tìm sống...

Má ơi Má nuôi hy vọng
tại sao Má bỏ con rồi?
Hồn Má có bay lên trời
như bầy hải âu không vậy?

Xé quăng đi một tờ giấy
ở trong đó có bài thơ
nội dung là ước là mơ
cái hình là vòng tay Mẹ!

Hỡi ơi mưa nguồn chớp bể
chỉ nghe con mắt cay sè
rồi sẽ không nghe không nghe
bờ đê tiếng con ếch nhẩy!

Rồi sẽ không thấy không thấy
Mẹ già cái bóng xiêu xiêu
sẽ không có bữa cơm chiều
"Má ơi hình như cơm khét?".

Bàn tay Má như đang quệt
con mắt Má buồn bao nhiêu!
Đố ai không có một chiều
bỗng dưng thấy mưa đầu ngõ...

Hoa Mặt Trời

Trời thấp hay cao không biết nữa/ mà sương mù trắng ngập hành lang... mà con bướm thức không buồn vỗ/ đôi cánh hiu hiu nắng võ vàng...

Rồi nó nằm yên, rồi nó chết? Hoa không buồn nở tiễn tình nhân? Con chim cũng vậy, buồn không hót. Sương ngập hành lang trắng xóa sân...

Muốn thả câu thơ để nhẹ lòng/ biết đâu ngoài biển có cầu vồng/ hải âu ở đó không tù túng/ đập cánh cho ngày trắng mướt lông...

Sáng chín giờ hơn, chút mặt trời/ chưa làm sương khói tỏa thành hơi. Câu thơ chưa có, lòng chưa ấm... đến lá vàng rơi cũng chẳng đôi!

Tôi đi đắp mộ cho con bướm/ như thể buồn tay đắp mộ thơ... hiện đại hay là thơ cổ đại... thơ nào thì cũng chứa hư vô?

Cái không là có là hoa cỏ, là núi non kia rất đỗi ngầu? Là những tháp Chàm trong ký ức/ ngói bung gạch vỡ hóa Thiên Thu?

Em à xe lửa leo lên núi... qua ba cái hầm dĩ vãng thôi... sáng nhớ chiều em nơi Quảng Thuận/ nắng vàng hiu hắt tưởng mưa rơi!

Tôi đang lang thang trong hành lang... Tôi nao nao lòng thương nhớ nàng... Chị về đây nhé, em về nhé... chờ lát nữa hồng mây Đơn Dương...

Hư vô hư vô lòng tôi thơ/ hay mây Thu bay sương Thu nhòa... hay em đang rửa chân bên suối... cái mặt trời xưa chắc nở hoa?

Ôi Chiếc Áo Dài Đường Thu Gió Bay

Ôi chiếc áo dài chiếc áo dài...
Kìa Má tôi về đường Thu gió bay...
Kìa chị tôi vào hiên Hội Quán đứng...
Kìa em học trò hai má hây hây...

Tôi nhắm mắt đây mà sao thấy biển?
Thấy núi, thấy sông... thấy cả bầy cá lòng tong bơi trong vũng nước!
Áo dài ai lướt vừa qua lối xanh...
Những lùm cỏ tranh... bầy gà quậy phá...
tìm gì trong lá như lưỡi dao bào?

Những con gà giò mới dễ thương sao lẫm đẫm bên mẹ như tôi tuổi thơ?
Có nhiều buổi trưa. Có nhiều chạng vạng.
Tôi kẻ mù quáng vẫn thấy Quê Hương!
Áo Má dễ thương, Cha thương Má lắm?
 Mắt Má có ngấn gì mà trong veo?

Áo dài có eo ôi eo Eo Gió!
Cái tên cố thổ gần bên Càbeu...
Không phải Cần Thơ mà đèo Ngoạn Mục!
Em ơi anh khóc... tiễn anh làm chi cho bận lòng đi, cho đau lòng ở!
Tôi người mắc nợ một viên đạn đồng!

Tôi sống như không làm gì để sống...
Thì trời gió lộng bay hết tiền lương...
Những tờ bạc vương biết bao khổ cực
tưởng là hạnh phúc mà ăn không no, mà co vẫn lạnh!
Bao giờ em lãnh được tiền anh đâu!

Anh ước mơ giàu sắm em áo lụa...
Em thì vẫn khổ với áo bà ba...
Mẹ Cha đều xa đi ra đồng ở
Thương những nấm mộ không có tấm bia!
Những người trở về thăm quê chớp mắt... vén áo lau mặt, khóc ngon. Dễ thương!
*

Những Người Trở Về Thăm Quê Chớp Mắt Vén Áo Lau Mặt Khóc Ngon Khóc Đi!

Từ Hoàng Hôn Tới Bình Minh

Mặt trời còn ở sau đồi, nửa chìm đã khuất, nửa ngồi buồn hiu.
Thưa em, lúc đó là chiều, nắng dù còn ít, nhớ nhiều của anh!
Nhớ nhiều, em, chiếc áo xanh, cái quần vải trắng... mà đành hoàng hôn!
Bao nhiêu miếng ngói ngôi trường, nhánh khuynh diệp ngả trên tường gió lay.

Nhớ nhiều, em, tóc em bay, hồi em mười bảy cái ngày em xa...
Em xa, Trời ơi em xa...
Xa nhau gió ít lạnh nhiều, lửa khuya tàn chậm, mưa chiều đổ nhanh (*).
Thơ Trần Huyền Trân lạnh tanh, sóng reo cuối biển đầu ghềnh nhớ nhung...

Mặt trời lúc đó còn không? Thưa em, anh ở giữa rừng sắp đêm.
Nhớ em ngàn vạn nhớ em, ước mơ thấy ánh trăng thềm chút thôi,
mà xa, mà xa, xa xôi, em xa chắc chẳng nhớ người ngó theo?
Có chăng thì lũng thì đèo, lạc trong gió tiếng đạn vèo Việt Nam!

Anh ngồi rồi anh sẽ nằm, súng làm gối mộng, tay cầm cái duyên,
cái thời anh rất thanh niên, em thanh bình giấc mộng hiền Mẹ ru...
Bao nhiêu mùa Hạ, mùa Thu, bao đêm rồi ngọn đèn dầu hắt hiu?
Mặt trời, lúc đó, em yêu, trăng mai đã hiện chân đèo rồi kia.

Nhiều đêm không cộng trừ chia, chỉ nhân thôi chuyện phân lìa đủ đau...
Mơ màng thấy Ngoại vườn cau, thấy em Nam Phổ mắt chao chao hoài.
Em mười bảy tuổi không vơi, đầy thêm có lẽ tại trời tròn vo?
Tóc em ôi nước rẽ đò, anh hôn báng súng cứ ngờ hôn em.

Lục bình trôi, trôi, trôi êm, sông chia từng đoạn, rừng thêm cánh rừng.
Chim bay còn có lúc dừng, em theo chồng có mỏi chân bao giờ...
Đọc giùm anh lại câu thơ: *"Xa nhau gió ít lạnh nhiều, lửa khuya tàn chậm, mưa chiều đổ nhanh"* (*).
Nói đi em, em nhớ anh, cho anh yên dạ ngồi nhìn bao la...

(*) Thơ Trần Huyền Trân

Quạ

Hai hôm nay không thấy
con quạ nào bay về
nhớ chúng quá, nhớ ghê
như nhớ người thân thuộc!

Chắc chắn quạ biết trước
giữa tuần này có mưa
Bây giờ mây lưa thưa
mốt thì mây đen nghịt!

Nghĩ những ngày xám xịt
tôi đây, đã thấy buồn
huống gì là chim muông
đời chúng là ánh sáng!

Ngày xưa tôi súng đạn
tôi chưa hề bắn chim
tôi muốn thấy nhiều thêm
chim trên rừng trên núi...

Tôi không phải xua đuổi
kẻ thù tôi đi xa
Bởi khi chim bay qua
là không người đi tới...
Hai hôm nay, tôi đợi
không thấy chim bay về
thật tình buồn lắm ghê
cõi người sao trống trải...

Muốn ra cây khế hái
một trái ăn, mà thôi
Mỗi trái một lời mời
một con chim đậu xuống!

Mặt Trời Vàng

Thường buổi sáng mặt trời hồng rất đẹp
Nhiều bữa nay, buổi sáng nắng vàng vàng
Thế là rừng còn cháy, lửa đang lan?
... nên mặt trời phải nhô lên từ lửa!

Trời Cali không mưa cũng ít gió
Đất Cali lại ít ngõ ra vào
Rừng Cali bắt đầu cháy ra sao
Ai cũng nghĩ "chẳng làm sao đâu ạ!"

Cái điều lạ! Có cái điều thật lạ:
Lửa như len từng ngách đất ngoi lên
Đuổi con thỏ, con nai chạy xuống
Những cái hồ chứa nước ngọt đang vơi...

Ban đầu người ta chữa một ngọn đồi
Lửa cháy tới và máy bay bay tới...
Rồi người ta chữa hoài không nổi
Và dĩ nhiên phải cầu viện thêm người...

Đường gồ ghề... lửa thong thả đi chơi
Đường gồ ghề... xe chở nước cạn thì đổ dốc
Cỏ khô cháy, cháy lan, rừng đỏ rực
Nắng rực vàng và mặt trời vàng hoe!

Đất Cali có nhiều suối nhiều khe
đều cạn hết từ mùa Hè năm ngoái
Ai cũng biết năm nào rừng cũng cháy
Mưa sẽ có thôi mà cả năm không mưa!

Giữa năm nay lửa cháy bắt đầu thưa
Rồi bắt đầu dày như là tấm lưới
trùm bao la, trùm hết sông hết suối
Tất cả đều khô từ... mùa Hè ngày xưa!

Mặt trời vàng nhô lên như mặt trăng trong mơ
Giụi cái mặt thấy mặt đầy nước mắt
Xoa hai bàn tay thấy lòng mình như mặt
Thấy tèm lem... thành phố bụi tro bay!

Bạn bè ơi xin chào nữa một ngày
Chúng ta đang ở trong thời gian chờ đợi
Hỏi han nhau bao giờ hết khói?
Lửa hết vàng lửa hết vàng lửa hết vàng... tắt đi!

Lửa Không Cháy Được Thơ

Sáng hôm nay, Trời ạ: tro bụi bám đầy sân, đầy xe trên mui, hông... phủ kín bông sắp nở...

Chiều qua cháy trong phố, thành phố hơi gần đây. Cháy phát từ rừng cây, từ tấm lưng thành phố...

Mười giờ đêm lửa đỏ... rồi... thôi kệ người ta! Mình chỉ biết xuýt xoa, mong trời đừng có gió!

Sáng hôm nay, thấy đó... Tro. Bụi. Lá héo khô... Làm gì cho bớt dơ.Làm gì cho bớt sợ.

Sáng lắm, nắng chưa có, hôm nay nóng không nhiều. Mà lòng đã buồn hiu, thì thôi đành chịu hết...

Nghĩ: nhiều cây sẽ chết!
Nghĩ: mình cũng như cây!
Ngó lên trời không mây.
Phủi bàn tay... phủi tóc!

Nghĩ nhiều người đang khóc... Họ không thể giận hờn, họ không thể yêu thương... ông Trời hay ông Phật! Họ còn cái không mất là Nỗi Buồn Trơ Trơ!

Lửa không cháy được thơ... Buồn. Bơ Vơ. Là nhất!

Bóng Ngựa Trong Mù Sương

Cứ gọi em Diễm Kiều, bởi biết gọi gì nữa? Một phần tại vì nợ... Tôi mắc nợ cái Duyên!

Một phần tại em hiền/ làm tôi lây bệnh đó - cái bệnh của hoa nở làm con mắt người thèm...

Gọi hoa đẹp là em/ cho cỏ nghe gợn sóng/ cho tai nghe tiếng vọng/ tiếng của rừng vi vu...

Em đã đi vào Thơ/ bằng con đường heo hút/ bảng tên đường mờ nhạt/ những danh sĩ hào hoa...

Những bóng ngựa bay qua/ để lại làn bụi khói. Người tráng sĩ có nói... gì cũng là tình xa...

Mặt trăng là nụ hoa/ hiện trong đêm mù mịt. Người tráng sĩ đã chết/ hồn, trăng dõi theo, thương...

Em cũng vậy, phải không? Hỡi vầng trăng cổ độ. Lá vàng rơi trong gió thành bèo trôi kia thôi...

Tôi nghĩ em xa xôi/ cho tình tôi lãng đãng/ cho hồn tôi ngủ nán/ giấc nồng nàn khuya sâu...

Hoa hồng trắng ở đâu? Bên kia cầu, có thể! Một bờ liễu diễm lệ. Một cầu sương Diễm Kiều!

Con Chim Xanh Bay Trên Đầu Tôi

Ước chi vẽ được sông và núi
vẽ được hình em giữa núi sông
đã chẳng ngồi đây mà ngó gió
gió vàng em ạ phấn hoa thông...

Ước chi ngả xuống nằm yên ngủ
một giấc trưa đồi xanh mướt tranh
anh nghĩ tóc em làn gió chải
đám mây vừa bay trong trời xanh!

Em về thăm miếu Ông Cọp thắp
ba cây nhang và em cầu gì?
xe lửa lại xuyên rừng rất cũ
rì rào lướt thướt áo phương phi?

Năm em mười bảy em xinh lắm
chừ mấy mươi rồi mới Tết ra
anh vẫn còn em trong mộng tưởng
mở choàng con mắt bóng chim xa...

Hoa đào hoa mận... hoa thiên lý
tiếng vó câu giòn tan cố hương
gió cuốn đêm đêm mồ chiến sĩ
mười năm rồi trăm năm cô đơn!

Tất cả chúng ta đều mất tích
núi sông không có chữ nhân tình
còn chăng là những chiều êm tịnh
con ngựa trở về hí thất thanh...

Em ơi em ơi con chim trời
bay qua bờ giác có gì vui?
hồi đầu thị ngạn, buồn chưa vậy
hãy nói gì đi mưa sắp rơi...

Đầu Tháng Chín Trời Lạnh Đã Se Se Lòng Người

Đầu tháng Chín trời lạnh/ đã se se lòng người! Mới nắng trưa sáng ngời, sáu giờ chiều muốn tắt...

Tôi quá nhớ Đà Lạt! Chiều tháng này, mùa Thu, tiếng rừng thông vi vu... bây giờ nghe nói hết!

Yêu Đà Lạt, không ghét/ dù nó có thế nào! Đà Lạt xưa không giàu... nhưng nhà giàu ở đó!

Họ tới để hóng gió. Họ tới để thấy rừng/ như là một tình thân/ bên nhau đời gần gũi...

Đà Lạt cao vì núi, người lủi thủi đi lên... Đi lên trong mông mênh... Đi lên nhìn xuống lũng...

Bầy nai vàng gợn sóng/ trên chòm cỏ lau xanh/ con nai em nai anh/ con nai cha nai mẹ...

Ngày xưa bình yên thế! Đà Lạt hoài hoài Xuân. Lạnh cũng có se lòng/ nếu ai người tư lự...

Những cái thác tâm sự/ thì thầm như nỉ non... Những con suối sương sương/ mờ mờ hai bờ liễu...

Chiều nay tôi thiếu thiếu/ cái gì đó Quê Hương!

Đà Lạt ơi yêu thương/ đây đang mùa Thu tới... Đà Lạt có còn đợi/ tôi về không để hôn?

Tôi về nói với sương: đọng đi giùm nước mắt! Tôi về để nói thật: Đà Lạt Là Tình Yêu!

Hỡi ai đó diễm kiều/ bên nụ hoa hồng trắng! Hỡi ai đó giọt nắng lung linh trên thềm rêu...

Đường Chị Về

Đường Chị về
Đèo heo hút mây
Ngàn thông râm ran chim kêu bầy…
Ngựa đi từng bước đi từng bước, sỏi đá buồn vang vang lá bay…

Đường Chị về….
Qua truông K'Beu, qua truông Eo Gió, qua Trạm Hành.
Chè xanh bát ngát sương giăng trắng, Cầu Đất mống trời ai mắc lên?

Đường Chị về
Lênh đênh Dốc Đu, bao la Dran mây mây mờ, rồi lên Trại Mát qua Đa Phước, ngã ba Trại Hầm sao vắng tanh?

Đường Chị về
Đồi Les Ravines, đi vào thăm thẳm Sở Ông Lăng,
Chùa Tàu Cổ Sát hương nồng gió, Chị nghĩ gì mà nước mắt tuôn?

Đường Chị về
Buồn ơi là buồn. Cùng đi với Chị sương và sương.
Có con nai lạc nhìn ngơ ngác giẫm đạp vô tình cây sậy non.

Đường Chị về
Đà Lạt lách len, người người đều lạ chẳng ai quen.
Quen chăng tiếng ngựa con đường cũ, từng bước chân thầm tung trắng sương.

Đường Chị về...
Em hỡi dưới trăng, một con chim vạc lướt qua ngàn...Ngàn thông Đà Lạt mây hay khói. Chị thở dài mây khói không tan...

Một Nước Mỹ Hai Phương Trời

Trời mỗi ngày một nóng
và nắng vẫn chan hòa!
Rừng còn cháy xa xa
Tro rừng bay trước cửa...

Tàn tro bay trong gió
thay cho đàn chim bay...
Đó là Mỹ phía Tây
còn phía Đông thì bão!

Bão chỉ như chiếc áo
phần phật bay giữa trời
nhưng cũng khổ nhiều người
trên con đường tránh nó...

Hoa có phần ít nở
Đời đâu có gì vui!
Phố xá thì đen thui
cái màu của cửa khép...

Đi nhìn mặt người đẹp
thấy ai cũng khẩu trang,
không có cảnh lang thang,
không thấy người dạo phố!

Phật nói: Sinh là Khổ
Già, Bệnh, Chết như nhau
Chuyện đó gom một câu
Kinh viết: Tứ Diệu Đế!

Chúa thì nói Ý Chúa
Chuyện Gì Cũng Do Trời
Đặt Ở Đâu Cứ Ngồi
Biểu Đi Đâu Cứ Đến!

Và người ta cứ nguyện
cho ai nấy bình yên.
Thơ tôi cũng phải nghiêng
về chỗ nào Im Lặng!

Không thể ngợi ca nắng
Thật tội nghiệp bài thơ!
Nếu bây giờ thấy mưa
... sẽ nghĩ là nước mắt?

Mặt trời: Đèn không tắt
chờ chiều trời kéo màn,
sắp sửa tới đêm Rằm,
cúng Cô Hồn Các Đảng!

Tháng Bảy tháng lãng mạn
chỉ đêm Thất Tịch thôi!
Có lẽ Ngưu Lang cười?
Có lẽ Chức Nữ khóc?

Rồi đò ngang, đò dọc
cầm sợi tóc cũng thương!
Ai khiến ai đầu non?
Ai khiến ai cuối biển?

Đà Lạt Trong Mưa Gió

Không ai có thể tin/ Đà Lạt lại bị lụt! Một thành phố cao vút/ mà nước còn cao hơn!

Cao hơn đỉnh Lang Biang! Hơn hai ngàn một mét! Thế thôi thì là hết/ chỗ tránh lụt, Trời ơi!

Chuông Chùa đổ liên hồi!

Chuông nhà Thờ gióng giả!

"Nhân dân" đều hối hả...

Nước cuồn cuộn... vô tư!

Đánh được ngàn kẻ thù... thua kẻ thù là Nước! Không biết ngàn năm trước/ Sơn Tinh làm thế nào...

Mưa gió thiệt tào lao! Làm như hết chuyện "tám". Thấy nhân tình ảm đạm, rừng rùng mình vậy thôi!

Tôi làm thơ để chơi... nói giống như Bùi Giáng!
Thương những ngôi mả lạng/ trôi, biết trôi về đâu?

Trôi, đã trôi về đâu/ hỡi những ngôi mả lạng?
Có ai cầm súng bắn/ bể nước không hả Trời?

Con gà gáy thử coi... đứt hơi hay đứt ruột?
Chùa Linh Sơn Thầy bước/ lên cấp đá, nhìn chi!

Đà Lạt của tôi đây, Đà Lạt của tôi đó. Đà Lạt trong mưa gió...

Đà Lạt trong gió mưa!

Hàng Cây Như Cái Bến Đò

Những gì tươi đẹp nhất
của một ngày mùa Hè
giữa thành phố vắng hoe
là... hàng cây xanh mướt!

Rất ít xe xuôi ngược
trên con lộ buồn hiu.
Không có nhu cầu nhiều
trong cái mùa dịch bệnh!

Hàng cây như cái bến
cho chim đậu rồi bay
không có ai cầm tay
khúc bánh mình ăn dở!

Nắng! Nắng thật rực rỡ
nhưng để làm gì cơ?
Những đám cháy xa mờ
chỉ vì xa... Còn đấy!

Ban ngày rừng vẫn cháy
không rầm rộ như đêm
bởi vì nắng mông mênh
lửa thành từng đốm nhỏ...

Bụi tro tàn theo gió
có nhò nhọ mặt người
rồi mồ hôi sẽ trôi?
Và... hàng cây vẫn mướt!

California Mùa Cháy Rừng

Nóng, năm nào cũng nóng
Cali thường lệ vậy mà thôi!
Năm nay có lạ: rừng đang cháy
Do đó Cali nắng tím người...

Cháy Bắc, cháy Nam và cháy khắp
Đông Tây đều có lửa bùng lên
Người nghèo không ở trên rừng núi
Do đó... người dân sống tạm yên!

Nhưng thủ sẵn nha đài khẩn báo
Đưa xe ra chỗ trống ngoài đường
San Jose đã kêu di tản
Los Angeles thì dám vỡ toang?

Orange County hơi khang khác
Đa phần người Việt... có gì đâu?
Cà phê vỉa phố ngồi nhâm nhấp
Ai cũng chờ thêm cuộc biển dâu!

Nắng tím người hai tay mỹ nhân
Nắng không mà mượt nữa đôi chân...
Người làm thơ thấy thơ vô nghĩa
Mà chẳng ai buồn sang viết văn!

Báo không thấy có vì đang dịch
Bạn một bàn chung giữ cách ly
Đã sáu tháng hơn, ngoài cháy cháy...
Thêm buồn vì dịch, lắm người đi...

Cali rồi tím như vườn ớt
Chưa chín, trái còn rực rỡ đen!
Cali rồi cũng như người Việt
Chơm chớp buồn buồn mắt ngó lên...

Đêm Trăng Làm Thơ

Trăng không phải ngọn đèn mà một vòng tỏa sáng! Ánh sáng đó lãng mạn những gợn sóng lên bờ/ dễ thương như bài thơ nằm phơi trang giấy trắng...

Ánh sáng đó rất mặn từ ngoài biển tràn vô. Có hai đứa bé đưa hai bàn chân cản sóng, bọt nước văng vào họng, hai đứa bé nhả ra...

Ánh sáng đó thành hoa nở trong lòng thiếu nữ dành cho người xa xứ ở xa lắm nhớ về!

Ánh sáng đó thành tre lá bạc đầu bờ lũy. Người xa hoài xa hủy. Chắc chết rồi, cũng nên?

Một Quê Hương lãng quên, không một người nói vậy! Rừng phừng phừng lửa cháy. Trăng lặn trong khói đen! Xứ lạ thành xứ quen, cháy rừng thành tục lệ...

Bạn đang nghe tôi kể chuyện trăng chắc bạn buồn?
Trăng vẫn trăng thế gian võ vàng màu tuyệt vọng!
Giữa hai bờ Chết, Sống."đáo bỉ ngạn" vô chừng...

Ai tắt trăng đi giùm! Xóa đi vòng ánh sáng, vác
phận người kiếp nạn chạy băng qua cánh đồng...

Thương những con thú rừng rùng mình bên suối
cạn.Trăng vỡ ra từng tảng nát tan rừng rú ơi!

Tất cả đều tuyệt vời thấy từng sự đau đớn... Rồi tất
cả phân tán... giống như là ánh trăng!

Tôi viết thật khó khăn Một Bài Thơ Khó Hiểu!

Có Một Bài Thơ Không Nước Mắt

Lâu lắm... Thầy không nhận được thư
của bè của bạn cả em xưa...
Bạn bè còn, mất; em còn, mất?
Buồn nhỉ! Đời như một giấc mơ!

Lâu lắm... đã chừng ba mốt năm
trăng bao đêm khuyết lại trăng rằm...
Nhiều đêm Thầy thấy vài sao rụng
nhớ cố hương và nhớ cố nhân!

Cố là cố cựu, không là mới
mà mới hay xưa có mấy tầng?
Hỏi núi, núi im, mây trắng tụ
hỏi sông, sông vẫn rất thong dong...

Thời gian có phải là sông, núi?
Sông, núi là gì? Vẫn thấy kia!
Cố quận, tha hương nhìn thấy đó
Mơ hồ thấy cả cái ngăn, chia...

Là xa cách lắm, ai không biết?
Rồi hỏi gì thêm? Mưa, nắng chăng?
Tất cả nhãn tiền đang trước mặt
Quê Hương biền biệt ở sau lưng!

Nhiều khi Thầy nhớ trường xưa quá
Nhớ hết Thầy Cô lứa tuổi Thầy
Nhớ hết các em... vì nhớ mặt
má hồng môi thắm áo bay bay...

Em à không có thư ai cả!
Có thể không còn ai nhớ ai?
Có thể... em không còn bé nữa
tóc thề, cái kẹp nụ hoa mai...

Gần nơi Thầy ở, khu rừng nhỏ
có những cây thông rất đỗi hiền
có những con chim thường đứng hót
vô tình Đà Lạt thấy mông mênh...

Có một bài thơ không nước mắt
gửi về em nhé, đọc cho vui!
Nếu em ra suối nghe dòng nhạc
em vớt Thầy nha! Bọt nước trôi...

Một Bài Thơ

Hồi mình xa Đất Nước, có hẹn ba năm về...
Rồi mình đi mải mê... giống những người đi trước!
Ba năm... chắc ngàn thước? Mình mỏi thì quay lui!
Xưa, có chữ "khứ hồi", nay thì thôi vĩnh viễn!

Má mình bỏ cái giếng/ hết múc nước tưới cây...
Em mình cứ uống say/ rồi thì nó cũng chết!
Còn vài người, chưa hết/ mà mình cũng không về!
Ly khách là khách ly, con đường nhỏ cứ tới...

Ba năm Má có đợi/ chỉ thấy trời nắng mưa!
Mười năm vẫn là chưa! Chưa có bài thơ đẹp!
Hỡi những người mắt biếc/ tha tôi nhé hẹn hò!
Tôi làm ngàn bài thơ... chỉ một lời là hẹn!

Một lời thôi vẫn nghẹn như gà mắc tóc chăng?
Tỉ tỉ năm vầng trăng té ra là giọt lệ!
Giọt lệ ai cầm xé đêm mồng Tám, mồng Mười?
Giọt lệ có bốc hơi đêm Ba Mươi, mồng Một!

Nói cho mặt trời khóc... Nói cho rừng cháy thêm...
Nói cho con sông quên những cái cầu không có!
Ôi tôi nói với gió!
Tôi nói đã mười năm... Nhiều hơn một mười năm...

Nhiều hơn Rằm Nguyệt Thực!
Nói như thể tưng tức... con cú rúc đêm đêm... bao nhiêu sao mọc lên?
Bao nhiêu sao đã lặn?
Đêm nay đêm thanh vắng, tôi làm thơ thật buồn.

Thương quá nha Quê Hương... Hoa Quỳ Vàng Trên Núi...
Hoa quỳ vàng bên suối... hai cái chân ai duỗi... một con suối quanh co... gửi em một bài thơ...

Một Bài Thơ Năm Chữ

Sáu giờ chiều ở Los
trời dịu mát từ từ...
cuối tháng Tám, như Thu
đang bắt đầu đi tới...
Lá nhuốm vàng phất phới
chắc sẽ rụng ngày mai.
Chắc sẽ rụng ngày mai?
mình còn sống, còn thấy!
Khi không mình nói vậy
tàn cuộc đời rồi sao?
Ngày đi, mới hôm nào...
Ba mươi năm, nhiều quá!

Mười lăm năm xa lạ
trên Quê Hương của mình!
Ba mươi năm bao tình
đất người dưng, không đếm...
Tôi đang đi con hẻm
Hẻm người ta thênh thang
không có quán có hàng
chỉ một mình tôi bước...
Los Angeles dài thượt
tia nắng cuối, hoàng hôn...
rừng còn cháy, chờn vờn
những tia lửa nhảy múa!

Tôi nhớ tà áo lụa
bây giờ như chiêm bao!
Tôi nhớ tới ngày sau
bao giờ như ngày trước...
Tôi nhớ em từng bước
tôi trong hẻm người dưng!

Đây cũng núi, cũng rừng
không có Miếu Ông Cọp!
Tôi muốn đưa tay bóp
nát cái mặt trời chiều
tôi muốn đưa tay khều
mặt trăng đêm đầu tháng...

Em ơi tình vô hạn
không có thước nào đo!
Một Non Nước như mơ
trong bài thơ... , chừng vậy?

**Em Xưa Tóc Lộng
Trăng Lồng Gió Thơm**

Em đang bước chậm trong vườn
hình như em chậm hơn sương đang về?

Thương sao là mái tóc thề
hình như em phủ hết lề cỏ hoa!
Thương ơi nhớ lắm em à
dừng cho anh ngắm nụ hoa đi mình...
Có con chim đậu trên cành
hình như nó đứng đó nhìn em đi...

Mười năm rồi chẳng đâu quê
Chẳng đâu điểm tựa vai kề cạnh vai...
Mưa Tùng Nghĩa chắc còn bay?
Đèo Prenn chắc còn hai cây đào?

Con chim hồi nãy rồi sao
Nó nhìn em bước, nó chào em không?
Phải chi về được anh bồng
em xưa tóc lộng trăng lồng gió thơm...
Một vòng tay một vòng ôm
đôi môi em đỏ cái hồn anh xanh!
Em đang bước, đừng bước nhanh
chờ anh nối vận cho thành bài thơ...

Mười năm rồi, nói trong mơ
núi như muốn ngả, rừng hờ hững nghiêng!

**Chừng Nao Tóc Trắng Như Hoa Mộng
Cũng Nghĩ Em là Cái Nụ Duyên**

Rừng có nhiều hoa không ai trồng
Hoa có chắc vì có ước mong?
Ai đó bỗng dưng mà gặp gỡ
Bỗng dưng đi tới được đầu sông...

Tới được tận đầu non của nước
Tận đầu non thẳm nước trời sa
Tại sao có nước từ trong đá?
Chảy mát núi rừng, tươi cỏ hoa...

Hãy nghe chim giãi bày tâm sự
Nghe suối vang từ trong tâm tư:
Cứ nghĩ có người đang có mặt
Tầm nhìn xa lắm tự ngàn xưa!

Cuộc chiến đi qua không qua đây?
Không thấy tàn y, chẳng dấu giày
Không có tiếng chuông hay tiếng khánh
Người đi tu Tiên nằm trong mây?

Cứ nghĩ vậy đi cho thỏa dạ
Có bài thơ như trang tâm hồn
Xong để trên hoa ai tới thấy
Thì như là đang giữa hoàng hôn...

Ta không về lại chỗ ta đi
Bao gian nan rồi đây Xuân Thì
Tình Cha nghĩa Mẹ hồn hoa cỏ
Mỗi lá rừng che khuất mộ bia!

Ta đang rừng hoàng hôn hoa vàng
Sông hoàng hôn vàng sương lan lan
Non vẫn đứng im chờ tuyết xuống
Lá cành chao chạm tiếng chuông vang...

Hoa hồng trắng sắp vàng như nguyệt
Anh hôn hoa vàng anh hôn em!
Chừng nao tóc trắng như hoa mộng
Cũng nghĩ em là cái nụ Duyên!

Con Chim Xanh Và Trái Cherry Chín Đỏ

Có một con chim xanh ngậm trái cherry đỏ.
Nó bay về đâu đó, nhìn theo mất bóng rồi.
Có thể nó lên đồi về nuôi con đang đói?
Có thể nó đi đổi ai hái được trái sim?

Sao tôi có trái tim, con chim xanh không thấy?
Tôi đâu có giăng bẫy để chờ bắt nó đâu!
Con chim xanh, cái màu lông như màu áo lụa trải mênh mông đồng lúa bắt đầu trổ đòng đòng...

Ở bên kia bờ sông, cánh đồng ngô rất đẹp, màu lá ngô xanh biếc, cờ cũng bắt đầu lên... Tôi muốn bắt đầu quên đừng nhìn theo chim nữa, chim có tổ của nó, tôi, Tổ Quốc không còn... Trái cherry chín hườm, trái cherry chín đỏ, trái cherry của nó... nên nó về nó tha!

Người xưa đi vài ba dặm ngàn nghe đau xót... người đời nay trôi giạt, không ai đếm số ngàn bởi hai chữ tha hương sao mà dài thậm thượt! Con chim xanh bay được chắc vài ba khu rừng, người thì đi muôn phương, chỗ dừng là sa mạc...

Mỗi thời, đời mỗi khác. Tôi biết nói sao chừ? Không thể làm người xưa, mà người sau cũng chẳng, nên... mình bỗng bơ vơ? Tôi ước có bài thơ gửi cho em cầm đọc, tôi nhìn em nước mắt ngập vườn cau Ngoại chiều...

Em ơi, anh buồn hiu!
Con chim xanh mới đỏ
Trái cherry chín đỏ như giọt máu đóng băng!
Anh muốn tha thời gian mà... thời gian chưa chín!

Mười Sáu Tháng Sau

Đêm nay đêm mười sáu, trăng tròn đêm cuối cùng. Anh nhớ em, biết không chẳng chờ chi trăng khuyết!

Anh nhớ em nhớ miết tới mười sáu tháng sau! Nhớ không có cách nào để người ta bớt nhớ!

Em giống như quốc lộ, em giống như đường làng, trên bản đồ ngổn ngang, trong lòng anh cũng vậy!

Người ta nói lửa cháy rực rỡ mấy cũng tàn. Người ta nói tuyết tan khi nào trời hết lạnh.

Hoa nở ra hết cánh rồi thì hoa cũng rơi... Em ơi trăng giữa trời sau mười sáu là khuyết!

Những điều người ta biết, chỉ một điều là không: Tại sao nhớ ngập lòng mà không tràn ra biển?

Có thể vì lời nguyện "Núi với biển không xa", núi với biển một nhà rất rõ ràng mặn, ngọt!

Biển không thể chia bớt cái bóng của núi đâu! Núi luôn luôn trên cao để cúi đầu trước biển!

Đó là tình lưu luyến
Như anh lưu luyến em...
Và như em đêm đêm
khóc âm thầm cố quận!

Trăng dù khuyết vẫn sáng. Em ơi anh nhớ em! Mười sáu tháng sau thêm nhớ em thêm từng tháng...

Mở Ra Tờ Nhật Trình

Khi anh nói "anh mệt", anh thấy em không vui. Ngày hôm qua, qua rồi, hôm nay anh còn mệt... anh không muốn nói miết/ thôi làm thinh cho yên! Em nở nụ cười duyên. Đẹp làm sao! Con gái! Anh mong em mãi mãi/ là người đẹp của anh... như lá của cây xanh, như là ghềnh của thác, như là những tiếng hát/ ru rừng xưa núi xưa...

Em à, anh vẫn mơ/ đưa em ra bờ suối. Hai cái chân em duỗi, nước chảy mãii không ngừng, hoa nở mãi mùa Xuân, tóc em choàng Nguyệt Quế. Những cành sương đọng lệ/ là bình minh bắt đầu/ ngày không biết về đâu/ không nghĩa gì mưa nắng...

Tình Yêu là thầm lặng, chỉ trao nhau cái nhìn.
Tình Yêu là thiên thanh, thiên thu mây trắng quyện.
Tình Yêu là cái miệng, hôn một miếng, coi nào...
Tình Yêu là chiêm bao. Như vậy là chiêm bao...

Anh không biết làm sao/ để thơ anh đẹp tiếp. Nếu mình có duyên kiếp thì thành vợ chồng chăng? Ờ nhỉ sao mặt trăng, người ta yêu quý đó/ chỉ soi vàng cổ độ/ chỉ chuyên chở ca dao? Người đưa đò cắm sào/ cầm nghiêng cái bầu rượu/ lắc mong nghe tiếng nói/ của ai đã sang sông... của ai đã theo chồng/ năm nàng mười bảy tuổi...

Cầm bầu rượu lên thổi cho mùi rượu gió bay...
"Đêm nay lửa tắt bầu khô rượu
Đời vắng em rồi say với ai?"
Thơ Vũ Hoàng Chương kéo dài/ cái dấu than thậm thượt! Người lái đò vuốt vuốt mái đầu điểm tóc sương. Người lái đò dễ thương/ có bằng anh không nhỉ?

Cầm dao chém nỗi buồn, nỗi buồn không là sợi chỉ!
Chém đứt dòng lưu thủy... mà sao nước cứ trôi?
Em ơi, anh nói rồi: "Hôm nay anh... thanh thản!".
Bài thơ không lãng mạn... nhưng mà nhìn cũng xinh?

Một Mai Ngựa Xé Khu Rừng Cũ

"Thương mà biết nói sao cho hết?
Lạy Chúa! Cho con giữ được Nàng!".
Tôi nghĩ tôi người luôn có Đạo…
nên đang ngước mặt nói cùng Trăng!

Em là Trăng đó, Trăng Mồng Tám,
mai mốt Mồng Mười, mai mốt Rằm.
Trăng khuyết, trăng đầy, em chỉ một:
Em Là Thương Mến mãi ngàn năm!

Em ơi tôi nói như tôi khấn,
em, Chúa Trời, em cũng Quận Nương!
Chữ Quận tự dưng nhìn ngộ ngộ,
nhắm nghiền mắt lại thấy Quê Hương!
Em kia, bờ sông, em kia, đầu non,
đêm nay trăng khuyết, mai trăng tròn,
hai chữ Sơn Hà thay chiếu trải,
bạc đầu tôi chỉ…tại trời sương!

Em nghe ngựa hí bên sông Dịch?
Em nghe quốc kêu trong rừng không?
Đừng nhé đa đa đôi cánh mở
che mờ mà mất biệt phương Đông!

Ôi tôi yêu nàng tôi yêu nàng,
đêm nay trăng xanh mai trăng vàng,
em là duy nhất, em là Nguyệt,
nghìn đóa bình minh một nhớ thương!

Người ta còn nói: Trăng Ngà Ngọc
– em trọn đời tôi– Một Bóng Trăng!
Em trọn đời tôi là đại hải,
là con thuyền đưa tôi vào mênh mông!

Em ơi đêm nay đêm tuyệt vời,
đêm nào thì cũng thế mà thôi...
Mới hay sông chảy ra ngoài biển,
tôi có em, sông ngược lại đời!

Tôi có em nên tôi được nói:
"Tôi yêu nàng, yêu lắm Nước Non!
Một mai ngựa xé khu rừng cũ,
tôi hứng em về một nụ hôn!"

Ai Ở Xa Mà Không Nhớ Quê

Hôm qua chiều sương nay sáng sương
Con trăng hồi tối vẫn trăng tròn…
Đêm qua trăng ngủ, mền sương đắp?
Nên bóng trăng tròn thấy thiệt thương!

Có bao giờ bạn ngắm trăng mai?
Trăng trong mù sương trăng như bay
Sương bay sương tản rồi sương lợt
Nở đóa hoa quỳ trong mắt ai!

Tôi nhớ Đơn Dương đèo Ngoạn Mục
Đứng đây nhìn xuống K'rongpha
Nhìn qua con thác Danhim đổ
Vàng mướt hoa quỳ, một thảm hoa…

Tôi nhớ người ta tóc gió vờn
Nhớ hoài Eo Gió những chiều sương
Tưởng đâu khói tách trà thơm ngát
Ai ướp hoa lài thơm quá thơm!

Tôi muốn mình xa hẳn thị thành
Lên rừng nâng nhẹ trái thông xanh
Rồi Noel chín, dâng lên Chúa
Một chữ. Muôn năm. Một chữ Tình!

Tháng Bảy lòng tôi đã hướng về
Một ngày tháng Chạp lạnh tê tê
Tiếng chuông vang vọng từ chân núi
Ai ở xa mà không nhớ quê?

Tôi Lên Núi Dạo Chơi

Tôi lên núi dạo chơi nghe chim rừng lảnh lót…
Tôi lắng nghe tiếng hót quên rằng mình đi chơi…

Tiếng chim hót hay cười…nhớ mắt ngời ai quá!
Ai đứng trong chòm lá áo dài lụa phất phơ…

Ai đẹp như bài thơ tôi sắp làm cho bậu?
Ai mà chút xâu xấu tôi đâu lòng nhớ thương?

Rừng hay một khu vườn Eva kìa, nũng nịu…
Ai vót mây làm kiệu? Adam có phải không?

Thuở xưa xa mênh mông…có màu hồng trái cấm
Có hai người cùng cắn rách bươm một tờ Kinh…

Chim hót trong rừng xanh…bao quanh chòm núi đỏ
Tất cả những chú thỏ chớp mắt và bâng khuâng…

Tôi dạo núi mùa Xuân thấy Dran bát ngát
Nhớ từng nghe ai hát Tình Xa Ôi Tình Xa…

Một năm đã trôi qua… Nhiều năm đã trôi qua…
Đà Lạt tôi thương nhớ như mối tình trăm năm!

Tôi nói từ xa xăm tôi thương quê nhà lắm
Màu Xuân tình thắm đậm tà áo dài ai xưa…

Tiếng chim hay tiếng hò? Hò ơi mô nữa Huế?
Trời sa mưa dòng lệ con suối chảy kìa em!

Đây Có Phải Bài Thơ Không

Còn chỉ năm ngày nữa, tháng Bảy lại hết thôi, còn mấy ngày vui chơi, tháng Tám tháng nhập học... ô kìa, đám cu nhóc, đứa nào cũng vô tư! Tôi nghĩ tới mùa Thu, lá vàng bay trước ngõ...

Tôi nghĩ tới ai đó, áo vàng bay ngõ xưa... Có thể trời sẽ mưa, mưa giao mùa, đẹp lắm.Tôi nghĩ màu má thắm/ từng em bé học trò... Cô giáo giương cái ô/ che sân trường bát ngát… Tôi nhớ câu hờn mát/ của ai mà buồn buồn...

Tháng Bảy trời không sương, mây cũng chưa tụ lại. Núi một màu tê tái. Rừng một màu xót xa... Tôi nghĩ đến người ta, điệu đà từng bước bước... Người từ muôn năm trước/ hay thời tôi ban sơ? Ông Thầy Giáo thẫn thơ/ hành lang trường hun hút...

Tôi ngó lên chùa Phật, chùa Sư Nữ Trại Hầm, cô ni cô quét sân/ mỗi sáng chiều vô nghĩa. Tôi tha hồ ngắm nghía/ một cõi là Hư Vô...

Mấy câu trên là Thơ?
Tôi, bây giờ thi sĩ?
Nói gì như thủ thỉ/ cuối tháng Bảy, Hạ tàn/ và tháng Tám Thu sang... mây trên trời bàng bạc...

... Tôi đi không trở lại/ nhìn mây Belle Vue. Không một mình tôi đi/ sao lẻ loi, hiu quạnh? Ôi đất nước óng ánh/ những giọt lệ Mẹ Cha, những nấm mồ tha ma, những hồn ma bóng quế... những anh hồn lính trẻ...mãi mãi không tuổi già!

Năm ngày nữa sẽ qua...
Cháu Ngoại tôi đi học... tôi biết nó hạnh phúc.
Tôi biết tôi: Đìu hiu!"

Một Chiều Thơ Như Là Cổ Tích

Chiều lạnh lạnh rồi. Đã chớm Thu?
Mây xa. Nắng nhạt. Khói hay mù?
Hoàng hôn không khói... đây, không khói
Không mái tranh đây, chỉ ngói lầu...

Lầu thấp, lầu cao... làm nhớ núi
Nhớ rừng. Nhớ cả những con sông...
Có sông trong vắt: con sông Đáy
Sông tựa rồng bay, sông Cửu Long...

Nhớ những cánh đồng không phải lúa
Mà tranh, mà mía, bắp lên hoa...
Mà Cha mà Mẹ lưng khom xuống
Cõng những sớm chiều mưa nắng sa...

Nhớ những bàn chân không có giép
Bàn chân Giao Chỉ máu tươm tươm...
Nghe trong gió lạnh ai than thở
Lấy nước miếng ngồi đắp vết thương!

Nhớ... tự dưng lòng như có cánh
Bay vù như thể cánh chim xanh
Một mình đơn độc bay lên núi
Tiếng hót bâng quơ thả xuống ghềnh!

Anh nhớ em rồi... chim lẻ bóng
Bay vào cổ tích Andersen
Bay về đỉnh núi trên Hy Mã
Bay tới đây, nằm trong trái tim!

Em ạ, chiều đây đang có gió
Gió vờn áo lụa hở eo thơm
Bao nhiêu hoa nở trên Đà Lạt
Nhớ học trò sao! Nhớ với thương...

Nhớ Bùi Thị Xuân... ai mới nhắc?
Từng cành khuynh diệp lá đong đưa...
Nay không chừng đã Xuân thành Hạ
Và sẽ Thu, và... quên hết xưa?

Có thể bài thơ không có nghĩa
Có tình, là được phải không em?
Em cầm coi thử Thơ hay Mộng?
Cúi xuống hôn giùm anh cái Duyên!

Trời Vẫn Nắng Không Mưa

Gió thổi. Cây rùng mình. Rụng, nắng ôi là nắng!

Đó, trưa Hè thầm lặng. Trời vẫn nắng, không mưa... Thỉnh thoảng chim bâng quơ, hót, não nùng, bay vút... Nắng như núi cao ngút/ trút xuống đời lửa bom. Những trái táo chín hườm/ làm nhớ ghê má bé- cô bé từng e lệ/ đứng bên thềm ngóng mưa...

Đó, như chuyện ngày xưa/ bỗng về bay tóc gió, đôi vai gầy guộc nhỏ, tóc trùm xanh thời gian... Em à, anh miên man/ nhớ em mười sáu tuổi, nhớ em tóc như suối/ có tên là Đa Nhim, có tên giống giống em, giống như một loài chim/ đậu trên cành nhãn hót... Chim thì thích trái ngọt, anh thì thích trái tim... của em không biết hỏi... "tại sao không chờ đợi/ em một ngày tái sinh?".

Gió thổi. Cây rùng mình. Chao ôi câu thơ lạ/ buồn hiu như chiếc lá... lá sen hồ Tánh Linh! Em chắc cũng rùng mình... nếu bài thơ này đến/ làm rối tơ nhền nhện, làm nắng trưa long lanh? Làm em... chút nhớ anh, chút thôi nhiều biết mấy!

Ly cà phê đá khuấy/ nắng dậy thì... Em mô? Em đã qua bên bờ/ con sông Hương bát ngát? Em đang đi chơi thác, thác Cam Ly nắng reo? Hay em đang trên đèo/ Mẹ Bồng Con à ạ? Em đang giống như Má/ trưa Hè, võng, à ơi...
Vậy mà người bỏ tôi/ để gió về lá rụng!

Ly cà phê đá nóng/ khi đá tan mặt trời... Anh thấy có mây trôi/ trong ly cà phê đá... anh thấy màu hồng má/ của em... có đồng xu! Ôi, anh thấy Thiên Thu/ con chim trời mỏi cánh/ bay mòn khu rừng lạnh/ hiu quạnh chiều Liên Khương! Có phải dốc Prenn, em dừng xe, chải tóc?

Ờ nhỉ nếu em khóc, bây giờ... mưa bóng mây!

Hỏi Không Nghe Trả Lời

Sao em về Đà Lạt
em đi một mình em?
Em có dạo phố đêm
em có rùng mình lạnh?

Sao em lại xa lánh
đây, phố thị trần gian
để, em về lang thang
những con đường vắng ngắt?

Mùa này, mưa hiu hắt
đôi mắt em đầy chưa?
mái ô em tiếng mưa
cô đơn và lạnh lẽo...

Có khuya nào trăng chiếu
hiên nhà xưa vắng hiu
em đã buồn bao nhiêu?
nói cho anh nghe với...

Em có lần nào hỏi
sao rừng thưa quá rồi?
có thấy em mồ côi
cây mồ côi bên suối?

Em có xâu thành chuỗi
sao trời, ngồi đếm không?
Em có thấy nhớ nhung
một vì sao đã lặn...

Em ơi đây, mùa nắng
Em ơi đây mùa Hè
mùa không theo em về
hoa nhìn theo em, nở...

Đà Lạt, anh rất nhớ
chừ, nhớ em nhiều thêm
nhớ chỗ mình lãng quên
lãng quên rồi lại nhớ...

Trên Đường Về Nhà

Kontum! Kontum!

Thành phố dễ thương có ngọn Ngọc Lĩnh.
Thành phố mát lạnh như là Dran
Thành phố vang vang lời ca nhân ái
Kontum con gái trắng muốt hai tay
Áo dài không mặc trong ngày thường ngày!

Kontum là đây, hoa quỳ đua nở
Hoa quỳ làm nhớ, nhớ lắm Dran
Tôi tới vội vàng, tôi xa cũng vội
Nhưng tôi ca ngợi: Kontum Dễ Thương!

Một chút Đơn Dương, một chút Đà Lạt
 Kontum bát ngát núi rừng Trường Sơn
Ôi đây Quê Hương! Ôi đây Tổ Quốc!
Nói mà nước mắt tôi đang ứa ra...

Nhớ quá màu hoa, màu hoa tháng Chạp
Màu hoa giáp Tết, màu hoa tha thiết
như màu hoa đào Đà Lạt mến yêu!
Kontum diễm kiều, nói nhiều chừng đó
như anh từng ngỏ với em mà thôi!

Em ơi em ơi Kontum anh tới
Kontum anh xa, trên đường về nhà
Em và hoa đợi. Anh chờ em nói:

"Hoa Quỳ nhớ anh! Em cũng nhớ anh!"
Dran xanh xanh. Dran xanh biếc
Anh hôn em mệt... áo dài em bay...
Ngày xưa... Hôm nay! Trời mây trắng lượn...
Trời xanh vương vướng nỗi buồn tha hương!"

Đổi Địa Chỉ Từ Houston TX về Manvel TX

Từ ngày về Manvel, Cardinal (*) không thấy...
Cửa kính vẫn mở đấy, Cardinal đâu rồi?

Những con chim của tôi! Những con chim màu đỏ, chúng thường dùng cái mỏ/ gõ kính như khách xa...

Biết bao nhiêu ngày qua/ tôi trong ngôi nhà mới, ra vô tôi vẫn đợi/ tiếng gõ cửa khô khan...

Nhiều ngày nắng chang chang. Nhiều ngày mưa phớt phớt. Có nhiều ngày lạnh rớt. Ngày nào cũng buồn hiu...

Bạn bè không ai theo/ với tôi về nhà mới! Cây cỏ thì vẫn đợi/ tôi về đây... kiếp nào!

Tôi ngó lên trời cao: những con diều cao lắm! Tôi đi trong trời nắng, thấy chim sẻ trên cành...

Ước gì em thấy anh - người tình trên giấy lụa! Ước những gì không có/ và không có... muôn năm!

*

*Lạ nhỉ Cardinal... không có ở Manvel. Thành phố
này tuy hẹp/ nhưng trời vẫn mênh mông.*

*Ở đây không có sông. Có rừng thông thưa thớt...
đủ để nhớ Đà Lạt/ tôi, phấn thông vàng bay...*

*Tôi thấy thừa hai tay... để ôm người tình nhỏ... là
con chim màu đỏ... nhớ quá Cardinal!*

Nhớ quá Cardinal!

(*) Chim Cardinal lớn gấp đôi chim sẻ, lông màu đỏ, có rất ít ở một số nơi tại Mỹ. Tại Texas, thành phố Houston, có. Chim hay đến cửa kính nhà, tầng trệt, bám vào kính và gõ vài ba tiếng rồi bay. Mỗi ngày thường như vậy hai ba lần... Từ khi tôi dọn về chỗ mới, thành phố Manvel, không xa lắm Houston, hai năm rồi, không thấy Cardinal... Nhớ chớ!

Anh Hứa Về Thăm Em Mà Chao Ôi Huế

Phi trường phú bài chưa thành phi trường quốc tế
Đi cách nào về thăm em cũng trễ
Tám năm rồi em bay khói nhang
Tám năm rồi một dãi Hương Giang
Sóng chìm nổi nước tung hạt lệ
Anh hứa về thăm em mà chao ôi Huế
Cứ xa vời... Mờ mịt chân mây!

Em ơi
Non nước mình đây
Chỉ còn lời thống thiết
Người xa người cách biệt
Mãi hay sao?
Chim bay về tổ, mô nào
Cành trơ, lá trụi, niềm đau mọc mầm!
Máy bay vòng mấy vòng trăng
Sài Gòn, Hà Nội dài bằng thiên thu!

Biết chừ em đã ở đâu
Chim bay. Lá rụng. Một màu thu xưa...

Phi trường phú bài ngẩn ngơ
Bao giờ nó thành phi trường quốc tế?
Bao giờ thì anh không về trễ
Em thở hơi cuối vẫn còn giọt lệ chưa khô
Giọt nào mô nữa mà mơ
Giọt thương, giọt nhớ, giọt ngờ nắng rơi
Chim xa rừng thương cây nhớ cội
Người xa người ai tội nghiệp ai?
Ngày đi nói tới tương lai
Ngày về… vẫn đó: đường dài ngày đi

Tám năm, em mộ xanh rì
Cây nhang anh cắm, nói gì với em?
Nói gì? Nói với trái tim
Mềm như chiếc lá trên thềm mây sương…

Tình Ơi Chứa Chan

Tôi đang về lại tháng Giêng Trường Sơn,
Buôn Ma Thuột chập chờn hoa vàng dưới lũng...
Rừng ơi gợn sóng, núi ơi nhấp nhô,
Em ơi giấc mơ áo dài có thật!

Ôi Buôn Ma Thuột, thành phố đổi tên,
Đất Nước đi lên từ buôn làng Thuột
Mà Mạ từng ước có ngày hôm nay...
Cờ bay cờ bay trên thị trấn cũ,

Từ cờ ủ rũ tới cờ phất phơ...
Thành phố trong mơ người chờ người đợi.
Hãy cùng nhau nói: Hoan Hô Quê Hương!
Hãy cùng nhau ôm trọn tình Non Nước hỡi ai đi trước hỡi ai về sau!

Tôi không đổi màu trái tim chung thủy
Nhưng tôi thật thấy Đất Nước chuyển mình
Đất Nước Hòa Bình, người dân phải sướng,
Ai còn phiền muộn chắc rồi sẽ nguôi!

Buôn Ma Thuột ơi... tôi đang giữa phố,
những cô em nhỏ xúng xính áo dài,
Những học trò trai gió bay tóc gọn.
Và tôi mơn trớn một đóa quỳ vàng,

Nói khẽ với nàng: "Anh yêu em lắm!".
Cảm ơn trời nắng... Ôi nắng tháng Giêng!
Áo dài em quên giọt mưa tháng Bảy,
Giọt mưa Ngâu ấy bây giờ xa xăm.

Tôi đang về thăm,
Mình thầm thì nhé!
Ôi em giọt lệ,
Lệ mùa Xuân lóng lánh

nỗi mừng chút buồn quá khứ...
Quên đi em ạ, những gì bất bình!
Tôi không thình lình về thăm Đất Nước.
Tôi từng mơ ước hạnh phúc không ngờ.

Một lòng tôi thơ. Ôi Buôn Ma Thuột!
Tôi giụi điếu thuốc, tôi sợ cháy rừng.
Rừng cháy thì lòng đố ai không cháy?
Nhớ giùm câu ấy như một châm ngôn,

Gắn trên Quê Hương, gài trên doanh trại:
Toàn dân, trai, gái, bảo vệ rừng xanh!

Rừng Thưa Rừng Thưa Rừng Thưa Rồi

Rừng thưa! Rừng thưa! Rừng thưa nhiều!
Ô kìa! Những nấm mộ tình yêu!
Người tiều phu đã nằm trong mộ?
Hay đất nước chôn những buổi chiều?

Tôi, người Đà Lạt thương Đà Lạt
Thương những rừng thông... Bát ngát buồn!
Về, để làm chi không biết nữa
mà lòng tan nát tựa như sương!

Em, người Đà Lạt, em đâu mất?
Tôi hỏi rừng, nghe tiếng gió hoang
Gió chẳng còn cây cho gió ở
Tôi về rồi vậy, cũng lang thang...

Rừng thưa rừng thưa tôi lên đồi
nhìn đồi bị đẽo đá nung vôi
nhìn tôi vết cắt hai đầu gối
đau đớn thời gian chạm đến tôi?

Rừng thưa rừng thưa mây xa xăm
không cây mây hết tựa lưng nằm
mây bay như có ai đang đuổi
mây lạc bầy hay mây là nai?

"Con nai ngơ ngác lá vàng Thu"
Tôi nhớ câu thơ Lưu Trọng Lư
Không có ai bên, mình nhắc chuyện
đồi thông hai mộ gió vi vu...

Rụng Cho Tôi Với Cơn Mưa Nhỏ

Ở đây, đồi núi nơi nào cũng như có tay người chải cỏ xanh? Nhìn những ngọn đồi…nhơ nhớ, nhớ, ở đây mà nhớ nước non mình!

Mình đi lên núi, đi lên núi, núi mấy tầng cao, trời mấy tầng? Chẳng đếm làm chi từng bậc cấp, chỉ nhìn cây, bỗng nhớ thương rừng!

Ôi rừng Đà Lạt, rừng yêu quý, mình giấu một thời tuổi rất thơm, em tựa bờ vai hôn gió núi nỉ non như mộng mới lưng lưng…

Tôi buồn đi dạo một mình tôi. Hồi nãy giờ qua mấy ngọn đồi. Hồi nãy giờ em là cái bóng, lung linh, mờ nhạt, khói sương ơi!

Là thương. Là nhớ. Là tha thiết. Đà Lạt, biết mà, không phải đây. Những mái nhà kia, thành phố Mỹ, càng thương Đà Lạt khuất trong mây…

Không biết chừng nao mình trở về. Không chừng mãi mãi Kẻ Ra Đi. Hoa đào rưng rức rơi bên suối, ai chải đầu cho cỏ rậm rì?

Đà Lạt, tôi hôn, từng cọng gió, đỉnh Lâm Viên hỡi nhớ tôi không? Rụng cho tôi với cơn mưa nhỏ để thấy buồn tôi xanh lá thông...

Bài Thơ Không Trọn

Em áo tím, áo vàng, áo đỏ; em là em, em đó, ngày xưa. Ngày Chúa Nhật em không mặc áo học trò, mặc áo màu để em thành con gái. Thầy dạo phố gặp em, ngài ngại, không chào em mà chờ một tiếng "Chào Thầy". Biết bao chiều mùa Thu lá bay. Biết bao năm Thầy ở rừng nhớ phố, lòng tự hỏi "Em đang áo đỏ hay bà ba đen mướt vườn dừa?". Em, em à, hồi đó hồi xưa…

Xưa là mấy, mấy năm em nhỉ? Ba mươi năm? Có thể nhiều hơn? Hết chiến tranh, Đà Lạt rất buồn. Thầy đi "Tập Trung", em gọi Thầy thảm thiết. Em, bữa đó, áo màu xanh biếc…nhưng chắc là Thầy nhìn thấy lệ em rơi. Trời tối đen, không một góc trời. Thầy muốn gục, may bạn Thầy nâng kịp. Đường của Thầy, chông gai đi tiếp, đi cho mờ sương trắng dãy Trường Sơn…Từ Sông Mao vào lại Lương Sơn, rồi K' Loon, rồi về Hàm Trí.

Mỗi ngày dìu một người ngã quỵ. Mỗi năm tù tứ quý thiên thu. Rừng Phú Yên mù mịt, mịt mù. Thầy trại cuối, Củng Sơn thăm thẳm. Em áo đỏ, áo vàng, áo trắng chắc trở màu thành áo tím hoàng hôn? Em biết mà Thầy nhớ Thầy thương em khóc ngất trước cổng rào Cải Tạo. Em tiễn Thầy mặc nguyên sắc áo của trường mình, Bùi Thị Xuân, áo xanh…

Em của Thầy ơi có những khối tình không vỡ được dẫu vàng phai đá nát. Áo của em bao nhiêu màu trở bạc, lòng của Thầy bát ngát mắt em nâu. Em biết rồi, Thầy đang ở đâu sao còn nhắc Thầy chi màu áo cũ? Màu áo của một thời dạo phố, áo hay mây mờ lối chiêm bao!

Em của Thầy ơi, Thầy biết nói thế nào? Em áo đỏ, áo vàng, áo tím, áo bà ba đen…đều là kỷ niệm. Thầy biết Thầy có một trái tim.Thầy biết Thầy mãi mãi nhớ em: dòng nước mắt cô học trò chảy ngoài rào Cải Tạo!

Thầy đang tựa mái hiên người nương náu, viết cho em không trọn một bài thơ!

Bài Thơ Tình Đẹp Nhất

Anh gửi em bài thơ, bài thơ tình đẹp nhất, tình của hai đứa mình. Anh gửi em trái tim, trái tim của em anh giữ từ lâu lắm.

Anh gửi em vòng tay thật ấm, ngã vào anh đi em! Ngã vào đi bóng trăng hỡi giang san tuyệt diễm của nơi tôi mơ đến thấy bếp lửa thanh bình, Mạ gọi Ba ơ mình, Ba không nói, làm thinh, Ba hôn Mạ tha thiết!

Lời nào rồi cũng hết để lời thành vô ngôn. Em ơi anh rất buồn sao mình xa hoài vậy? Đâu bếp hồng lửa cháy? Ôi rừng thông thơm ngo có bao giờ, bao giờ tôi nhặt từng chiếc lá kết dài đường muôn phương?

Lạy Chúa con yêu thương nói làm sao cho cạn hết biển hết sông này? Có phải chăng sáng nay con chim buồn quên hót? Có phải chăng mưa ngọt, ngọt như môi người yêu? Chúa ơi con muốn chiều nghe con trăng biết nói, lời thiết tha là gọi người xa xăm về mau…

Anh gửi em khăn lau tuyết trào trong đau đớn. Anh gửi em miếng cốm tháng Chạp trời xanh xao, Mạ già thêm mấy tuổi từ khi Ba mịt mùng? Em già thêm mấy tuổi từ khi anh vạch rừng đi tìm cây nấm ngọc? Em ơi sao em khóc trên bờ vai anh chi cho mây trắng bay về… mà anh không về nữa…

Ngày đi anh có hứa sẽ về với em thôi. Em hoa nở trên đồi, anh xa hoài viễn xứ. Hòa bình sao tắt lửa bếp tàn khói hoàng hôn… Em ơi mưa trong hồn, nhớ em từng giọt lệ, em cầm lên và xé trái tim anh giùm anh!

Cảm Ơn Em Mùa Xuân

Ôi Thiên Nga! Thiên Nga bay trên hồ xanh lặng. Buổi mai chan hòa nắng, đôi cánh trắng hay sương? Thiên Nga hay làn hương em vừa bay ngang đó? Thiên Nga hay là gió? Em! Thiên Nga của anh!

Buổi mai nắng long lanh và trời long lanh nắng. Em vẫn tà áo trắng cô nữ sinh ngày xưa. Thiên Nga không làm mưa mà thơ anh mướt mịn. Nhớ hồi em đứng tránh một ngày nắng chứa chan, tất cả thông bạt ngàn vì em reo rất khẽ. Gió bay về rất nhẹ theo Thiên Nga ngày xưa…

Ôi Thiên Nga giấc mơ trời mờ mờ yên ắng. Anh yêu em nhiều lắm nói không hết một lời và nếu nói trọn đời thì cũng là câu đó!

Thiên Nga ôi làn gió em mang về làn hương. Chưa bao giờ dễ thương như sáng nay anh thấy. Rừng cây không động đậy em bình yên bay qua. Anh đứng đợi từ xa một mùa Xuân đang tới. Cảm ơn em ngày mới. Cảm ơn em, mùa Xuân!

Ôi mùa Xuân anh ôm vào lòng không hết nắng. Em ngày xưa áo trắng hôm nay vẫn học trò. Anh chưa nói bao giờ anh-không-yêu-em-nữa. Anh cũng không hề hứa anh-là-kẻ-chung-tình. Em cái bóng cái hình ngàn năm em-nguyên-vẹn. Trái tim anh không xén một mảnh nào lang thang...

Vực Sâu Nước Mắt

Khi Thanh Nam tới Mỹ, tuổi mới vừa bốn mươi mà lòng đã chán đời như người già…chín chục!

Thanh Nam cầm nước mắt ném vào ly rượu nồng, ném lời vào thinh không tưởng bạn bè bên cạnh!

Trôi giạt đâu cũng lạnh nên buồn ngâm thơ vang. Thanh Nam có thở than mà nào ai cảm thán!

Thời gian và mưa nắng…Tết đến ngậm ngùi…vui bên con thơ ngủ vùi, bên đời cha nửa cuộc!

Nhắc sơ chuyện đất nước, lắc đầu xua oán thù. Bốn mươi tuổi làm người làm mùa Xuân áo mới…

Một bài Hành không đợi dừng lại giữa đường xa. Những lời thơ thiết tha một vần Say đắm đuối!

Thơ Thanh Nam trăn trối ngay ở tuổi bốn mươi.
Bạn cùng thời chơi vơi, ai, lòng ai hoan hỉ?

Người ta nói "Thi sĩ đi đâu rồi cũng về bên chỗ
từng hôn mê, bên vực sâu nước mắt..."

*Nghĩ mà thương Tổ Quốc dựng ra bốn ngàn năm,
một thế hệ công dân tuổi bốn mươi ngã quỵ!*

*Bên rừng vang ngựa hí. Ngựa không biết làm thơ...
Bốn mươi tuổi say sưa, ta ngâm vang trời đất!*

Bóng Chiều Gần Nắng Xa Xôi

Tôi không cầm thước lên đồi mà tôi đo được chỗ ngồi của tôi! Bóng chiều gần, nắng xa xôi, em trong nắng đó phương trời Bắc Nam... Lát rồi bóng nắng sẽ tan và em chút nắng muộn màng càng xa... Hoàng hôn không một mái nhà, em ơi màu tím chiều tà của ai?

Tím loang con suối miệt mài. Tím trong lồng phổi, tím ngoài vòng tay. Lòng tôi khép lại cùng ngày, em nhen bếp lửa khói bay đường về...

Nhớ hồi mình ở sơn khê, giận nhau một chút không dè muôn năm. Thước thương nhớ gối đầu nằm, tay không quàng được cái tầm khói sương!

Bắc Nam biết chớ hai phương, tình ta với bậu không còn, thì thôi. Tôi không cầm thước lên đồi mà đo được cái tình người, tình tang...

Em Ơi Một Thuở

Hồi tối nằm mơ thấy hoa tím nở bỗng nhớ quê nhà, cây ô môi đó…
Hoa bay trong gió tím một chiều xưa. Em nói mưa hoa và em cười ngất…
Hồi xưa ngộ thật, cái gì cũng mưa, cả bụi đường xa ngựa tung cánh gió…

Hồi đó hồi đó, em giờ ở đâu? Cây ô môi ơi đang mùa hoa mới…
Em còn đứng đợi chiều Ba về không? Em chắc ngó mông ra cánh đồng mạ?
Nếu em còn Má chắc Má la em "con này chắc điên, mong chờ ai vậy?".

*

Hồi tối anh thấy anh ở Bù Đăng, rừng cây bằng lăng đơm hoa tím rịm.
Anh khơi kỷ niệm: cây ô môi nhà, em áo bà ba tím hoa màu nhớ…
Em ơi một thuở hay là muôn năm anh vẫn xa xăm chân trời mây tím…

Tống Biệt

Chiếc quan tài để xuống, đất lấp kín, khỏa bằng. Một thảm cỏ phủ ngang, mặt trời soi đường dọc. Người chắp tay đứng khóc. Nước mắt thì chảy xuôi...

Và...bài văn của tôi, chỉ mấy dòng chừng đó. Đôi lần đọc lại nhỏ vài giọt lệ tự nhiên!

Dĩ nhiên tôi không điên, tôi không khùng đến nỗi nhớ người xa như suối – suối trên rừng Trường Sơn, suối chảy qua Bù Đăng, suối quanh co Bù Đốp, suối chảy về Thốt Nốt, suối chảy về Cà Mau...

Tôi đang đây, ở đâu? Dạ thưa đang ở Mỹ. Một người vừa tạ thế, tôi tiễn ở nghĩa trang. Mộ nào cũng nằm ngang, bia nào cũng nằm phẳng. Đời bình lặng. Mây trôi...

Ai mất cũng xa xôi huống chi là người chết. Bài văn tôi chấm hết đâu phải ở chỗ này? Em à, anh ở đây sao em xa như suối? Lòng anh không ướp muối vẫn mặn mòi nhớ em!

Hay là tôi đã điên? Hay mới khùng một nửa? Em ơi vầng trăng vỡ trên bàn tay khuya nao. Trên bàn tay khuya nao...

Còn Xanh Phơn Phớt

Hôm nay không biết Xuân hay Hạ
Biêng biếc trời xanh màu lá hoa
Biêng biếc áo ai vờn trước ngõ
Một ngày hứa hẹn nhớ thương xa?

Hôm nay ai nhỉ đi dài phố
Hay bướm và ong vẫn miệt mài?
Và những con hummingbirds nữa
Hút từng chút nhụy thả hương bay…

Hôm nay cứ nghĩ vừa qua Tết
Còn đọng đây tình vị bánh chưng
Ôi Mẹ thiên thu trời thắm thiết
Ôi hồn Cha mãi mãi phương Đông!

Hôm nay một ấm trà không bạn
Chợt thấy buồn hiu giận dỗi mình:
Không biết trà tan hay nắng tản
Mà mông mênh nhớ, nhớ mông mênh…

Con đường chiến trận đi về ngược
Ném bỏ đâu rồi gánh núi sông?
Nhặt nhánh cỏ khô nhìn lá úa
Còn xanh phơn phớt nắng bên rừng…

Em Nhìn Kia Bầy Di Điểu Đang Về

Di điểu từng bầy bay trở lại
Mùa Xuân trời xanh mà nắng hồng
Di điểu từng bầy đi trốn Đông
Nay ấm rồi em nhìn đi, vui nhé

Em dễ thương ơi, em là con chim lẻ
Mùa Xuân về em đậu vai anh
Anh đi hái nắng hồng, anh đi mở cửa trời xanh
Em có anh rồi, em thôi buồn bã…

Vườn của anh chừ có hoa có lá
Như rừng kia tuyết rã băng tan
Em thấy không chim vui rộn ràng
Chúng về đậu chắc trên triền núi?

Em hãy đậu trên vai anh tới tối
Rồi anh bồng em đi hái một cành hoa
Và một chiếc lá cho em xuýt xoa:
"Anh đừng làm héo lộc Xuân, tội lắm!"

Anh cảm ơn em, tình em vẫn đậm
Một phần cho anh, một phần cho Trời Phật từ bi
Anh mừng em, em như chim đang về
Anh làm ổ và ru em như đưa võng…

Anh sẽ làm bất cứ điều gì cho em cảm động
Và mình yêu nhau cho tới ngàn sau
Anh sẽ ru em bằng những câu ca dao
Chẳng hạn câu: "Chim xa rừng thương cây nhớ cội!"

Em à em, thôi mình đừng nói
Em nhìn kia: Bầy Di Điểu Đang Về…

Một Bài Thơ Tám Chữ

Em ở lại với hàng cây đó nhé
Anh trở về buồn bã biết bao nhiêu!
Mình gặp nhau mới sớm đã sang chiều
Anh để lại cho em thương với nhớ...

Nhớ và thương còn cây đa cổ độ
Lá hoài xanh không thấy báo hiệu mùa
Thì Tình Yêu cũng thế chẳng hề xưa
Coi như thế bây giờ và mãi mãi...

Tại ông Trời sinh ra trai với gái
Nhớ và thương đeo đẳng kiếp con người!
Cái duyên nào chỉ một thoáng mây trôi
Cũng ngả xuống đường chân trời diệu vợi!

Có nhiều người đường Tình Yêu không tới
Chắc hồi nao chưa có thuở thái bình?
Chắc sau này lại sắp có chiến tranh?
Đừng nghĩ nữa! Hôm nay là đẹp nhất...

Hãy tự nhiên như tìm ra cõi Phật
Hãy yên tâm mình đã thấy Thiên Đường
Ở đâu đâu cũng có chỗ Niết Bàn
Em thấy chứ? Phật gối tay và ngủ!

Ai cũng biết xa nhau thì sẽ nhớ
Đừng xa nhau mà vẫn nhớ là sao?
Em thấy chứ đằng trước ngõ, cây đào
Vẫn đứng đó, hoa mùa Xuân đã rụng!

Anh cũng biết, anh đi về lúng túng
Mà không về thì ở lại đây luôn?
Bao nhiêu vui khôn đổi lúc ta buồn
Không ai có tương lai mà hứa hẹn...

Sợi tóc nào của em cũng đã bén
trong lòng anh một chút rễ, thưa em!
Anh ở gần thì tóc em xanh thêm
Xanh tới lúc nắng bên thềm lợt nắng...

Rồi sợi tóc vân vê hoài sẽ ngắn
Tại bàn tay năm ngón có so le?
Tại thời gian nên mái tóc hết thề
Tại con ve mùa Hè kêu rả rích?

Em với anh gọi tên nhau tha thiết!
Tiếng máy bay rên siết ở phi trường
có khác gì âm vực của yêu thương
của Quê Hương, anh không còn quốc tịch!

Em ở lại với hàng cây nhúc nhích
rồi mơ hồ anh ở ngã tư nha!
Hay ngã ba, ngã hai thì cũng là
Anh Đại Lược, em Kim Long, em ạ!

Em ở lại với hàng cây xanh lá
Xanh xao em, xanh xao cả anh luôn...
Xanh tới mai xanh ngút ngát nỗi buồn
Xanh tới mốt tím hoàng hôn, ai biểu!

Ôi thật lạ có hai tay mà thiếu
một vòng ôm ôm siết một địa cầu!
Nửa Thế Kỷ rồi viên đạn rớt đâu?
Nghe nhức nhối, lẽ nào nằm trong ngực?

Em ở lại không vui thì cứ khóc
Anh trở về buồn chắc cũng rưng rưng...
Anh làm thơ tám chữ giống như rừng
người ta đốn như chưa từng được đốn!

Một Ngày Trời Không Nắng

Hôm nay Sinh Nhật tôi, tôi có chờ có đợi/ một lời chúc sẽ tới/ một cánh thiếp sẽ trao...
Ai sống chẳng ước ao/ dẫu một niềm vui nhỏ!
Ngọn đèn nào không tỏ khi người ta thắp lên?
Anh, thú thật nhớ em/ nhớ thêm, nhớ không bớt/ nhớ như là trái ớt/ càng cắn càng cay nồng!
Với mình, mình cũng mong/ nói chi với người khác? Ngày từng ngày xa mặt, người mỗi người xa xăm...

Đường, cách trở, khó thăm! Chân ngại khó, không bước. Coi kìa, cảnh Đất Nước, ai lội ngược cánh đồng?
Ai đi tìm hoa hồng/ hoa hồng nhung đỏ thắm? Chỉ còn hoa hồng trắng, chỉ còn nắng, còn mưa...

Cái thời mở cõi bờ/ là cái thời xa lắc...
Cái thời còn như mất...là cái thời Bắc Nam...
Sinh Nhật tôi hàng năm/ có nhiều ngày buồn thảm!
Thơ có chữ Ảm Đạm/ tôi rất ít khi dùng...
Tôi giận Lạc Long Quân, thương Âu Cơ quá đỗi...
Trong vũng thơ tôi lội/ nhiều lần tôi đứt hơi!

Hôm nay Sinh Nhật tôi, tôi đứt hơi, rồi đó! Sống, không được ai nhớ, chết Thiên Cổ, Thiên Thu!

Tôi biết tiếng Tạ Từ, không ai buồn dám nói...Tôi biết nhiều tiếng gọi, hồi âm rừng núi vang...
Coi như mình lang thang/ lạc đàn trong sa mạc.
Coi như mình nhịn khát/ như từng đã nhịn ăn...

Tôi cứ hỏi Việt Nam sao lại do Tàu đặt? Tôi đành giụi nước mắt...đau thắt ruột tôi thôi!
Hôm nay Sinh Nhật tôi, một ngày trời không nắng!
Tôi nhớ nụ hồng trắng/ nở trên rừng Đơn Dương...

Gặm Nhấm Thời Gian

Đà Lạt, Pleiku đều có Cánh Đồng Cỏ Hồng tháng Chạp. Mừng em cỏ không cúi rạp mà hồng đến tận chân mây...

Tháng Chạp chỉ ba mươi ngày, ước mơ mình đi thăm cỏ. Hai đứa mình hai con thỏ, mình đi gặm nhé, thời gian!

Gặm cho tới đầu tháng Năm, mình đi thăm rừng hoa tím...Em nghe kìa chim kể chuyện, chuyện Đời, Non Nước, Tương Lai...

Rồi mình sẽ hóa chim bay, bay thẳng về trời Đâu Suất, bay về một phương Nhật Nguyệt, đêm mơ, ngày mộng bao la...

Anh giải nghĩa em Sơn Hà tại sao gọi là Cẩm Tú... chắc vì từ màu-của-cỏ cộng thêm màu tím hoa rừng...

Bài thơ sáng nay lung tung...tại em áo bồng sương khói...

*

Sáng mà...bềnh bồng sương khói. Nhớ em, mà... anh mơ màng...Mùa Hè, ngày nắng chang chang, anh nhớ tàn nhang em lắm...

Bài thơ...anh có chữ Gặm - gặm em yêu quý từng ngày - anh ru em bằng võng mây, anh bơi cùng em hồ nắng...

Chao ôi nói sao cũng đặng...thời gian là của chúng mình!...cho nên em ạ, chữ Tình, Nguyễn Công Trứ nói là Bất Tử!
Mở đầu là Cánh Đồng Cỏ. Đi tiếp vào rừng hoa mơ...Đi thêm cho tới bệ thờ...những nốt tàn nhang lóng lánh!
Em à, có nhiều chiều lạnh, nhớ em mấy nốt tàn nhang. Nhớ em anh thấy thời gian huy hoàng trong ngày tái ngộ...

Mình đi qua những đồng cỏ. Mình bay trên những cánh rừng. Rừng không ai trồng hoa hồng, anh hái cho em hoa tím...

*

Ôm ấp vào lòng Kỷ Niệm
em à, anh đang nhớ em...

Tôi Đau Đớn Nhìn Trăng

Nhà thơ ấy...nhà quê, thơ người ấy toàn lúa!
Người ấy vẫn hớn hở, thơ toàn nói...nhà quê!
Hai năm trước tôi về, bỏ Sài Gòn ra tỉnh...
thấy có người áo lính, dắt con trâu ra đồng...
Đồng có bớt mênh mông nhưng còn bao la lắm
có nhiều con cò trắng bay trên cánh đồng xanh...
Tôi nhớ thật mong manh, tôi ngày xưa, cũng lính
ngày vác súng lên rừng, đêm ngã mình triền núi...
Quê Hương tôi trôi nổi biết bao là con sông
tôi thấy những cánh đồng, đây đó vài ngôi mộ...
... của những người bản thổ, của người lính vô danh...
Trí nhớ tôi mong manh, giọt lệ thì xanh biếc!

*

Hai năm trước tôi, thiệt...giống như gã đi hoang
tôi đi khắp miền Nam, tôi ra tới miền Bắc...
... qua nhiều bãi biển rác... Tôi thương quá Việt Nam!
Lòng tôi là đó chăng? Tôi đau đớn nhìn trăng...
... trăng vẫn vàng như lúa! Tôi nhớ Má tựa cửa
đứng mong con chiều chiều, bếp lửa cháy liu riu...
Ngày đó, xưa, bao nhiêu? Bốn ba năm chớ mấy!
Giống như ai mười bảy, qua đò, chừ rất xưa!
Tôi gặp một nhà thơ, hỏi ai đi đò-dọc?
Đáp... mà nghe như khóc: họ xuôi dòng Cửu Long...
... họ đi ra biển Đông, họ đi vào đại hải
bây giờ thì xa ngái...ai về với lúa đâu!

*

Tôi muốn hỏi thêm câu: "Quê Hương là gì nhỉ?"
Chợt nhớ thời dâu bể. Chợt nhớ mình lang thang...
Tôi nhớ Đỗ Trung Quân nói là... Cây Cầu Khỉ!
... nói là Một Chùm Khế... nói về Mẹ Âu Cơ...

Mặt Trời Chảy Nước Mắt

Ba tháng rồi, sau Tết
Mùa Xuân qua, mất rồi
Chim không về đây chơi
Cái sân vẫn còn đó...

Cái sân đùa với gió
Gió không có sắc, màu
Mặt sân nhờ gió lau
...và hình như không bụi?

Nhưng những ngày sắp tới
chim cũng vẫn không về
cái sân vẫn nín khe
và chờ mùa Thu vậy?

Hình như nước mắt chảy
từ mặt trời, đôi khi
cái sân bỗng xanh rì
rong rêu và...ảm đạm!

Rồi màu xanh thành xám
lác đác lá vàng rơi
ôi mùa Thu, chim ơi
cuối trời không tiếng vọng!

*
Có báo hiệu cuộc sống
cõi đời biến đổi dần:
Nước biển tự nhiên dâng
và...rừng từ từ rụi...

Sông sẽ về lại suối
núi lại về với non
Riêng cái mình mỏi mòn
Chim Không Còn Về Nữa...

Những cốc rượu đổ, vỡ
Những tiệc rượu cũng tàn
Những cái ghế, cái bàn
tan, hoang, mờ dấu tích!

Có điềm báo chấm hết
một thế giới vô tình
không ai bạn với mình
khi khí hậu biến đổi!

Trước hết: chim chết đuối trong bầu khí hạt nhân.
Và sau đó tới phần người chào người vĩnh biệt!

Chim ơi chim, tôi biết
vì sao chim bỏ đây...
May, vẫn còn mây bay
còn buổi chiều, buổi sáng!

Chiều Xanh Xanh Lá Lá Rưng Rưng

Mưa? Chắc hôm nay? Mưa có thể... Trời mù không phải mù sương đâu mà tôi nhắm mắt... thương ai lắm, xưa lắm áo vờn bay Bích Câu!

Bích Câu Kỳ Ngộ còn mô nữa! Huế lặng lờ trang sử gió bay... Một nước non lòng tôi giã biệt, một người, em đó, chẳng là ai!

Kỳ thiệt! Tình Yêu không có tuổi như trời đất nhỉ, vẫn bao la... Cánh đồng, đứng ngó: đồng vô tận... hà huống con sông... nắng mấy tà!

Trời có mưa thì tôi sẽ hứng... tình em cho ướt áo tàn binh! Tình em, Non Nước, là hơi thở, tôi thở cho trời xanh mãi xanh...

Em ạ, dù mưa hay nắng còn hắt hiu tưởng tượng áo em thương... bà ba em mặc theo chân Ngoại... và đã theo anh vạn dặm trường!

Có thể trời mưa... lát nữa mưa! Ờ sao mưa chẳng thể bây giờ? Vòng tay, tôi tưởng mình ôm gió... ngó lại: em nằm trong giấc mơ!

Một cánh chim xanh hướng phía rừng...Chiều xanh xanh lá lá rưng rưng... Hoa trong chùm lá, hoa đang ngủ, em ngủ, hôm nào... em nhớ không?

**Mười Lăm Phút
Ở Phi Trường Liên Khương Đà Lạt**

Những tờ thư em bỏ/ xuống dòng suối Cam Ly. Em đứng dậy. Em đi. Cuộc biệt ly là vậy…

Bao nhiêu năm em nhỉ, dòng Đa Nhim vẫn đầy. Và, lá trên ngàn vẫn bay khi mỗi mùa Thu tới…

Không có ai chờ đợi ngày em trở bước về. Nhớ chớ mái tóc thề…mà thôi, em đã cắt!

Bao nhiêu lòng se thắt chỉ vì một câu thơ…Cảnh như người vậy, tương tư đến mây cũng xám, trời mờ bỗng xanh…

Thơ đó, thơ của anh không ngờ thành thiên hạ! Ba mươi năm xứ lạ…thơ vẫn như còn quen!

Em à, anh nhớ em…Cánh thư tình rất mỏng, bỏ xuống nước gợn sóng, giữ trong lòng, bão chăng?

Anh nghĩ em là trăng, có con chim ngậm nguyệt bay ngang rừng xanh biếc…Mùa Thu vàng ngẩn ngơ!

Ôi con chim bơ vơ ôi con chim bơ vơ trong bài thơ nào đó…Anh nhớ lắm Eo Gió, nhớ cả ga Cà Beu, nhớ những con bò bên đường rày xe lửa…

Anh nhớ em, anh nhớ…mà anh không trông mong. Gái lớn lên lấy chồng…Cải lên ngồng, sắp Tết!

Xe vượt đường cao tốc, xóm làng chỉ là sương. Máy bay ở Liên Khương chưa phải đây Đà Lạt!

Tôi Nhủ Lòng Nhớ Núi

Đi đâu tôi cũng nhớ/ ngọn núi Bà Lâm Viên. Người Thượng gọi Lang Bian, bản đồ ghi Lang Biang; lòng mình thì tạc dạ: Ngọn Núi Bà Lâm Viên!

Mình nghĩ ai có duyên/ mới về sống Đà Lạt, bắt đầu từ Xã Lát/ nơi Bác Sĩ Yersin/ tới đây, nhìn, giật mình/ rồi ông dừng cương ngựa... Nhiều ngọn núi to, nhỏ/ nối nhau thành núi cao. Ngọn Lâm Viên đẹp sao! Hiện trong mây sừng sững. Mặt trời hiện và đứng/ tỏa sáng một vùng cao... Rừng thông gió rì rào. Đồi cỏ lao xao gợn. Lác đác vài nhà Thượng. Thấp thoáng vài bầy trâu...

Non nước có từ lâu, chắc ngàn ngàn năm trước... Đúng là non và nước, khởi nguồn đây Cam Ly! Con suối đó biết đi/ rồi chạy về Đà Lạt, rồi đổ xuống ngọn thác. Cam Ly ôi Cam Ly!

Đà Lạt, nơi tình si/ của bao người để lại! Đà Lạt, những cô gái/ má ửng màu hoa đào… Tôi ở đây không lâu/ ba mươi năm, hơn chút, ra đi tôi đã khóc: Yêu Quê Hương…bởi nàng! Ai, từ Huế giàu sang… khi không vào Đà Lạt,…khi không cất tiếng hát/ Ai Lên Xứ Hoa Đào/ Đừng Quên Mang Về Một Cành Hoa…

Người con gái kiêu sa/ hát trước năm mười bảy/ ngọn Lâm Viên có thấy/ và, dĩ nhiên, tôi mê… Rồi nàng đi, không về. Bờ Đa Nhim mòn mỏi. Tội nghiệp tôi chờ đợi/ biết bao năm trong tù…

*

Một Ngày Tù Thiên Thu! Một khối tình… trơ trọi. Tôi nhủ lòng: nhớ núi. Tôi nhìn đỉnh Lâm Viên. Tôi gọi em em em… và muôn năm vĩnh biệt!

Chuyện Thời Nay

.

Bạn khoe mình: Mới đi chơi về/ nước người ta chỗ nào cũng đẹp ghê! Bạn xuýt xoa từng bịch kẹo nhỏ, bạn bày ra từng hộp bánh rất thơm. Bạn nói: nước người ta như một Thiên Đường, tất cả mọi người đều tuân theo pháp luật, người Cảnh Sát như cây đứng nép/ ở bên đường nhìn kẻ ngược người xuôi – cái dễ thương của người cảnh sát: Nụ Cười, cái dễ ghét của con người là…không có ai ăn xin để mình bố thí!

.

Bạn đi chơi bên Pháp, bên Bỉ…đi xa hơn bên Mỹ, Canada. Ấn tượng là những cánh đồng hoa, những cánh rừng bao la vô tận…những thác nước như nhả hương nhả phấn/ tỏa cho đời những nỗi luyến lưu…Bạn đi chơi không lâu, chỉ hai tuần thôi, lương hai năm dành dụm. Bạn cao giọng: sống một đời đáng sống/ là đi chơi cho thỏa mộng giang hồ…Bạn rút ra cái khăn mouchoir/ lau giọt mồ hôi vừa lăn trên trán…

.
Bạn bày tỏ: Việt Nam thật chán: bay trên trời, ngó xuống, ngổn ngang, thành phố như những cái xóm cái làng, người chen chúc, áo quần lộn xộn; một đất nước hình như không lớn…chỉ phình to những cái bụng đầy bia! Bạn khen những ai bỏ Quê Hương không về, bạn tiêng tiếc "mình đi chơi, xong rồi… thì trở lại!".

.
Bạn cứ nói, mình nghe không cãi
Mình làm bài thơ để bạn vào thơ
Thơ gói những giấc mơ…
Mình không tin bạn có ngày sẽ tỉnh.

Thêm Một Khu Rừng Thông Lâm Đồng Đang Chết

.

Thêm một khu rừng thông nữa héo tàn
người ta tiêm thuốc cho thông chết!
Chân lý đời: không có gì bất diệt
chỉ lòng tham là mãi mãi còn!

.

Chuông không có miệng vẫn kêu boong boong
chuông không gọi con người lương thiện
chuông ngân nga để ai quyến luyến
một chút buồn quấn quyện, vậy thôi…

.

Khi trồng cây: Ngày Hội Vui Cười
Tin tưởng có một đời sau yêu dấu
Tin tưởng thấy chim bay về đậu
Tin tưởng người có bóng mát nghỉ chân…

.

Tỉnh Lâm Đồng, thông chết dần dần…
Ai thủ phạm thì dân chưa biết
Không ai rảnh dư công rỗi việc
Mình đã tham gia trồng cây, hết việc thì thôi!

.
… Và cứ thế Lâm Đồng trụi lũi!
Những con nai ngơ ngác xuống Đồng Nai
Có thể qua Cambodia, qua Thailand, phơi thây
Chắc chắn có một ngày bầy gà rừng tan tác…

.
Ba mươi mốt năm tôi sống trên Đà Lạt
Ba mươi năm tôi trôi nổi quê người
Mở báo trong nước nhìn giọt lệ tôi rơi
trên biết bao cánh rừng thông mặt trời héo hắt!

.
Tội nghiệp con gà nóc Nhà Thờ Đà Lạt
bây giờ nhìn nó giống con gà con
nó đi nhặt những tiếng chuông
đó, đây, cuối ngày Chúa Nhật…

.
Tôi muốn nói đôi lời với Phật
Tiếng vi vu… ngào nghẹn cõi hư vô…

Nỗi Mừng Trong Cái Khẩu Trang

Chiều rất vàng ôi nắng vàng ơi
hay hoa giỡn nắng ở trên đồi?
hay ai áo lụa còn phơi nắng
nên nhớ ai lòng không thấy vơi?

Chiều rất chiều có sắp sửa đêm
hay trăng Phật Đản đã soi thềm?
hay ai ngồi đó chờ ai nhỉ
lát nữa rồi sao có ngước lên?

Chiều thế nào hỡi cổ rất thương
cổ cao ba ngấn bà Nam Phương
cổ quanh chín dải con sông Cửu
một nhớ ngàn năm mấy tỉ thương!

Chiều rất vàng ôi yêu dấu hoài
hình như ai nói nhỏ bên tai:
"anh về áo lụa em phơi nắng
cho tới tàn khuya sương khuya rơi!"

Ai nói bên tai không biết nữa
gió trên đồi len lách núi sông
hình như có bóng con kim mã
cất vó còn vang một phía rừng…

*Chiều rất vàng ôi nắng vàng trong
cổ em khăn và tóc thơm lừng
anh về em sẽ làm sao nhỉ?
giấu nỗi mừng chăng trong khẩu trang?*

Ở Chỗ Vô Cùng Tận Thế Gian

.

Nàng và tôi xa nhau mấy mươi năm không tính… bởi không ai dự định còn có ngày gặp nhau!

Cũng tại đời biển dâu! Sông xanh chôn ngọn núi. Giang đầu hay giang cuối biết núi nằm chỗ nao…

Hai đứa tôi xa nhau, lúc đó đều còn trẻ, cầm trái tim ra xé, máu chảy vào đại dương…

Thế là không yêu thương. Không có lời hò hẹn. Chỉ một điều tâm niệm "Hồn ai nấy giữ" thôi!

Và… như mây trắng trôi, trước mặt tôi, nàng hiện như một con chim én đôi con mắt dễ thương…

Tóc của nàng hay sương? Màu bạch kim trắng tuyết… Giữa Hạ ai cũng biết sao tay nàng giá băng?

Bàn tay nàng từng cầm trái tim nàng xé bỏ... Trái tim tôi hôm đó cũng tôi cầm xé tung...

Coi như đây tận cùng – chỗ hai đứa đối diện!
Coi như đôi chim én còn bốn mắt ngó nhau!

*

Tóc của nàng trắng phau cái màu Hy Mã Lạp. Tóc của tôi nắng táp chắc cũng màu khói sương?

Cảm ơn bốn đại dương. Cảm ơn năm châu lục.

Chúng tôi còn mái tóc, vò đầu đâu Cố Hương?
Và chúng tôi ôm hôn ngay giữa lòng Thế Giới...

Sương Vừa Rơi Xuống Thành Phố

Có thể hôm nay ngày-đẹp-trời? Một ngày Chúa Nhật Chúa đi chơi… Giáo Đường chuông đổ vang thành phố, ai cũng như là… rất thảnh thơi!

Tôi tìm một quán cà phê, ghé, gọi một ly cà phê đá đen, mở gói thuốc ra và bật lửa, câu đầu tiên nói: "Anh Mời Em!"

Trước tôi, không có ai ngồi cả, em ở trong lòng tôi, dễ thương! Tôi nói với mây và với gió, tôi nghe em đáp... những hồi chuông!

Những hồi chuông vang vang vang vang, tôi nghe êm ái bước chân nàng, tôi mê mẩn thuở tôi còn trẻ nhìn gót chân ai ngỡ gót vàng…

Tôi mê mẩn thuở tôi còn trẻ, Đà Lạt mùa Xuân hương phấn thơm, dẫu biết thanh bình trong thoáng chốc, ngày xưa vẫn kịp nụ môi hôn!

Ôi em, Chúa Nhật này, xa xứ, thiên hạ thanh bình, có thật không? Chúa có đi chơi, không? Chẳng thấy. Mặt trời đang hiện – một vầng Đông!

Có thể mặt trời giống mặt trăng, sáng sương nhàn nhạt đẹp vô cùng – em mà trăng nhỉ, tôi ôm siết... ôm... thuở tôi ôm siết núi rừng!

Những người lính hết ngồi chung quán. Em trước mặt là... cọng khói bay! Chuông Giáo Đường vang hay nước mắt – sương vừa rơi tự một nhành cây...

Mùa Hạ California

Năm giờ sáng,
nhìn ra cửa sổ: nắng rọi vào và chim hót ca.
Mùa Hạ Cali không chỉ một nhà
có cửa sổ, vang vang chim hót!

Cái nắng của Cali không ngọt
nên nhiều người đi uống cà phê
Bên tách cà phê, người ta nói những chuyện gì
mà bật cười vang, mà nghe như chim ríu rít?

Mùa Hạ Cali không thấy xe bus
sơn màu vàng và chở học sinh.
Cũng nhớ chứ, ngày thường mỗi bình minh
xe bus chở học sinh đến trường, ôi xe chở nhớ!

Mùa Hạ Cali mưa không giọt nhỏ
xuống thềm nghe tí tách, cũng buồn
thức dậy thèm thấy mặt người thương
cầm lược chải đầu trước tấm gương bầu dục.

Khi không tôi chuyển sang mái tóc
Tóc ai còn xanh mướt nữa đâu!
Bốn mươi năm nước chảy qua cầu
Bốn mươi năm…phất phơ màu nắng lửa!

Rừng đang cháy và rừng cháy đó
Lòng người sao? Mấy đổ vỡ tan hoang?
Khuấy cà phê nghe cái tách loong coong
Ai thấy nhỉ trái tim mình đã mòn mấy mảnh?

Mùa Hạ Cali nếu mà trời lạnh
Dẫu bất ngờ thì ai cũng xuýt xoa?
Tôi, trước hết: nhớ em, nhớ nước, nhớ nhà
Và nhớ lắm vườn cau Ngoại cau trổ hoa mùa Hạ!

Tiếng chuông nhà Chùa, tiếng chuông nhà Thờ rôm rả
Tôi biết mình đang ở cõi trần gian
Trước mặt tôi, ánh mắt bạn mơ màng
Mắt bạn tôi chớp chớp và lẽ nào tôi không vậy?

Chữ Vô Thanh

Em ạ, giờ này em ngủ rồi
và anh thì vẫn rất xa xôi!
Em đêm, anh nắng đang hừng sáng
em tối thì anh sắp ngậm cười...

Anh một ngày, như thế, mỗi ngày
còn em, còn sót chút thơ ngây
khoe anh: em ở trên giường, ngủ
mong gặp anh hoài...mộng cứ bay!

Ai khiến chung mình hai kẻ lạ?
Lạ từ giấc ngủ đến lang thang
Anh lang thang dạo từng con phố
buồn điếng lòng nhiều lúc Việt Nam!

Em có Quê Hương, em có một
tấm lòng con gái thật là thơm
Phải chi về được, ôm em ngủ
hai đứa mình bay đến Niết Bàn!

Anh cứ làm thơ không có đích
như chuông chiều chẳng có lương tâm
Chúa dang tay đứng không ai ngỏ
để gạt tay lau nước mắt thầm!

Anh biết anh người vô-Tổ-Quốc
con chim không có ổ chim về...
con chim nhớ chớ nhành cây hót
bên cánh rừng xưa nắng đỏ hoe!

Những kẻ bỏ quê đều sắp chết
những người còn lại muốn bình yên
Ai làm chi, kệ, không ai biết
sống ở đời...thôi! Sống Thản Nhiên!

Giờ này em ngủ đang ngon giấc
anh có bài thơ...để đó nhìn!
Thơ gửi gắm gì trong nét bút?
về đâu? Em nhỉ...chữ-vô-thanh!

Rồi Ngày Mai Sao Hả Anh

... rồi ngày mai sao hả anh?
Thưa em, anh không nói!
Chúa, trong lời kêu gọi:
"Ngày Mai! Chuyện Ngày Mai!"

Một ngày không kéo dài
quá hăm bốn tiếng được!
Hôm qua là ngày trước,
hôm nay là bây giờ!

Thời gian, quả thật chưa
từ điển nào giải rõ,
ngay cả đến Thiên Chúa
...cũng khái-Niệm-Ngày-Mai!

Chúng ta cõi trần ai
mắc nhiều sai hơn đúng!
Em làm anh lúng túng
muốn hôn em mà thôi!

Ơ hay nhỉ, em cười
giống như là ai đó!
Biết rồi Nàng Tiên Nữ
ngàn kiếp trước mình quen!

Ngàn kiếp trước gặp em,
anh làm sao, em thấy?
Tóc em còn nằm đấy
trên bờ vai Thiên Thần!

*

Em ơi, anh bâng khuâng
"nếu ngày mai diệu vợi
Quê Hương mình chới với
giống như ngày hôm nay!"

Buồn lắm! Ngỏ với ai
hỡi ngói nhà Biệt Phủ?
hỡi những đống rơm ủ
lửa nhà nghèo đêm Đông?

Hai đứa mình đang chung
trên con đường-hiện-tại
dừng chân mình nhớ lại
hôm qua và đau lòng!

Non Nước là Núi Sông!
Giang Sơn là Cẩm Tú
Ôi em mà áo lụa
mắt em tròn như trăng!

Đừng nhé! Đừng Cố Nhân
Hãy là Tình Cố Cựu!
Anh sẽ là Sư Tử
ngậm em từng ngón tay...

Đó, là chuyện tương lai
ai cấm mình nghĩ tới...
Anh hôn em, đừng hỏi
hỡi đôi môi hoa hồng...

Chúng Tôi Qua Đồng Cỏ

À, hình như là vậy! Mình có quen nhau mà... Mà hồi ấy rất xa và bây giờ cũng vậy!

Ngã ba. Dòng nước chảy...

Con sông chở cánh rừng. Hai người đều dửng dưng.

Cái chào là lịch sự!

Buổi chiều có ráng đỏ.Cánh rừng vẫn rất xanh. Người ấy quá mong manh... cái nhìn tôi tưởng tượng!

Không ai nói gì lớn. Âm thanh là của chiều...tiếng lá bay trong veo... tiếng gió hiu hiu nhỏ...

Hình như mắt nàng đỏ. Ai làm cho em buồn? Tôi muốn trút giận hờn cho dòng sông xuôi chảy...

Em ơi giây phút ấy bỗng dưng thơ thật thơm! Đôi môi em hoa hường nở ôi chiều thơm ngát...

Tôi hái trái mác mác đặt vào tay của nàng,
Nàng hái nụ hoa vàng thổi thơm một góc núi.

Hình như từ vời vợi trăng đầu tháng long lanh.
Hình như chút mong manh áo dài em đùa gió...

Chúng tôi qua đồng cỏ... Cánh đồng ôi tóc em!

Một Chữ Tình

Ba mươi năm gặp lại trên màn net, thật mừng! "Thân ái chào bạn Xuân". Nhận hồi âm thật đẹp!

Rồi từ đó đi tiếp những e-mail hỏi han... Bạn mình không than van mình hiểu đời bạn tốt.

Mình từng lời thưa thốt cũng đậm đà tình thôi. Không ai oán trách đời, thế là ai cũng ổn!

Mình thật lòng rất muốn gửi tặng bạn món quà (cũng tại đường quá xa, nên mình chọn bưu điện).

Thứ Bảy, làm việc sáng, thì mình phải đi ngay...Xếp hàng dịch Covid, sau lưng cô gái Mỹ...

Cái điều muốn, được thấy: một tấm lưng ngọc ngà. Đẹp làm sao màu da như màu hoa Tiên Cảnh.

Gió chớm Xuân lành lạnh, người ta có run run. Hành lang... hơi mênh mông, gió lạnh lùng... hơi ghét.

Điều người ta không biết là mình ngó người ta...

*
Trong ý nghĩ sâu xa... biết đâu người ta biết...mình nhớ người biền biệt... một người ở Cố Hương.

Mình muốn nói Cám Ơn... mà ơn chi chừ nhỉ?
Mình cảm ơn nước Mỹ...đã cho mình cái nhìn?

Liệu có cho cái Tình... để mình có cớ viết một email tha thiết bày tỏ bạn mình nghe?

Ba mươi năm, không dè, sáng nay mình lẩn thẩn.
Từ tình bạn đằm thắm... sắp tình yêu bâng khuâng?

Nếu mà mình Thi Nhân, tập thơ mình... một Chữ, giống như Nguyễn Công Trứ... thả lòng thơm phấn thông...

Cái Bóng Mờ Hư Ảo Thời Gian

Cũng tại tôi cứ nói hoài nói mãi: "Em tuyệt vời, em đẹp nhất của anh!", em giận hờn, em bỏ vào rừng xanh, em muốn nói:"Núi rừng, kia, đẹp nhất!"

Cũng tại tôi: "Em là Quê Hương có thật!"…Nhưng không ngờ em mất tựa giang sơn! Không phải chỉ em, mà, gió cũng giận hờn: "Bốn biển anh hùng… rồi thôi bụi bặm!".

Tôi biết chớ: "Mây nào mà chẳng trắng? Có đám mây nào tụ mãi ở đầu non?". Gió, hỡi ơi, gió giận gió hờn, em đi nhặt những tang thương… làm áo!

Áo dài em rồi cũng là hư ảo! Cả ngôi trường ngói đỏ nắng xanh xao! Tôi hiểu em, thì, lúc đó lệ trào, hàng kẽm gai chia đời nhau từng cõi…

Bốn mươi năm hơn, lẽ nào mãi mãi? Lịch sử là từng trang, gió bay… Những con trâu được nuôi để đi cày. Những con người được nuôi, rồi, xóa sổ!

Từ trong rào kẽm gai tôi đi vào quá khứ. Ở ngoài rào kẽm gai, áo dài em phơi sương! Áo dài em bay trong mây khói bụi đường. Tôi nhắm mắt biết rừng xanh trơ trụi!

Em đẹp nhất, không một lần tôi nói, mà nhiều lần hoa khế rụng rơi… Những cây cầu khỉ chơi vơi… Những em bé học trò đi qua một tay cầm đôi guốc!

Em trong đám học trò, em là cái hình quen thuộc, cái bóng mờ, hư ảo thời gian… Từ bữa chúng ta chia tay, em thăm thẳm non ngàn, em chắc thành Mẹ Âu Cơ ngồi lau nước mắt?

Tôi giận ông Trời chia làm chi Nam Bắc? Tôi giận ông Trời chia làm chi Đông Tây? Cau thôn Đông nhớ trầu không thôn Đoài, người thôn Đoài mười mong chín nhớ…

Những bài thơ của tôi đây một mai kia còn đó, em lấy áo dài phủ nhé, giùm tôi, đừng để cho nắng bay hơi, giữ lại cả những giọt mưa rơi đầu ngõ…

Chiều Ơi Man Mác Từng Chiều

Mình in được tập thơ mới, gửi đi bè bạn bốn phương. Có người hồi âm "thấy thương". Có người "văn chương không thích!".

Bốn bảy năm rồi, tối mịt, mình làm thơ thắp ngọn đèn/ chớ mực thì vẫn màu đen, thơ đâu thể thành màu trắng...

Nhiều lúc mình ngồi trong nắng/ thương bà con mình dầm mưa! Nhiều lúc mình nói bâng quơ "Trời ơi sao tôi vô dụng?".

Phải chi mình còn cầm súng... mình nhìn đường đạn nó đi! Phải chi mình đừng nam nhi... mình không có thời đi lính?

Mình giờ là Tướng ra lệnh: "làm người bắt buộc làm thơ!". Mình nhớ tiếng Mẹ ầu ơ, nhớ những buổi trưa hồi nhỏ...

Mình nhiều năm ngồi bó rọ... nhớ bài thơ "Hổ Nhớ Rừng". Thế Lữ ngày xưa chắc từng ngồi nhìn con cọp, buồn lắm?

Mình làm thơ như mình nắm/ những giọt nước mắt mình quăng... Mình làm thơ... nhờ nhịn ăn, có nhiều ngày đói... muốn chết!

Mỗi ngày qua là biền biệt. May thơ còn giữ bóng ngày! Vang Bóng Thời Gian... ngộ thay. Mình bắt đám mây đầu ngõ...

Thơ mình... không nỡ ném xó? In chơi... vài tập, nhìn chơi. Tập mới nhất, gửi đi rồi... coi như gửi hồn huyệt mộ!

Bạn bè ai đọc, đây, đó... khen, chê... là chuyện bình thường. Mình thích ai nói "thấy thương", đúng là người cảm mình vậy!

Thương chi để lòng nát bấy?
Bạn ơi! Bè bạn bốn phương!

Trời buổi sáng nào cũng sương. Trời buổi chiều nào cũng khói. Không tiếng chiêng mà nghe dội... chiều ơi man mác từng chiều... (*).

(*) Thơ Chu Mạnh Trinh: Man mác vì đâu ngao ngán nỗi, đường về chiêng đã gác chênh chênh...

BẠT

Hồi nhỏ, tôi học ngay từ lớp Ba trường làng rồi học trường tỉnh, học lên... học lên, những bài học Địa Lý về nước ta, về liên bang Đông Dương, đều nói rằng ba phần tư diện tích lãnh thổ Đông Dương là Rừng và Cao Nguyên, các vùng đồng bằng đều rất hẹp như Châu Thổ Hồng Hà (Bắc Kỳ/ Tonkin), các rẻo Duyên Hải Trung Kỳ (Annam). Riêng đồng bằng sông Cửu Long (Nam Kỳ/ Cochinchine) rộng nhất. Tiếp theo có vùng châu thổ Tonlesap (Cambodge). Ai Lao (Laos) thì không có đồng bằng chỉ có vài cánh đồng không rộng mấy.

Bài học Địa Lý là bài lý thuyết, kiểm nhận bằng mắt thường của người ở khắp miền và ai có đi đây đi đó trên lãnh thổ Đông Dương (bán đảo phía Đông giáp với Thái Bình Dương, gọi tắt) đều xác nhận là đúng. Đi đâu cũng thấy rừng bạt ngàn. Hầu hết là núi và rừng mọc theo núi với nhiều sông ngắn vỡ nguồn từ Thượng Du Bắc Phần, cao nguyên Trung Phần của Việt Nam; chỉ một con sông phát nguyên từ Kon Tum (Trung Phần Việt Nam) chảy ngược về phía Tây nhập vào Mê Kong, rất ngắn và rất nhỏ.

Rừng trên toàn cõi Đông Dương, nói chung, ở miền Bắc, miền Trung, miền Đông Nam Phần, Lào, Cambodia đa phần là căn cứ địa vững chãi giúp cho cuộc kháng Pháp và cuộc chiến tranh chống Mỹ-Việt Nam Cộng Hòa thành công. Tố Hữu từng có thơ rằng "Rừng che bộ đội, rừng vây quân thù". Vậy mà, hiện tại còn rất ít mà vẫn cứ phải phá nhiều để đưa kinh tế đi lên. Tôi còn nhớ, có vị lãnh đạo từng phải căn dặn các địa phương: "Muốn hạ một cây rừng phải thắp một cây nhang quỳ lạy!". Nhưng xem báo hàng ngày thấy rừng bị triệt hạ nghe mà rụng rời, đau đớn thống thiết...

Tôi viết bài Bạt cho tập thơ của tôi, Ăn Của Rừng Rừng Rưng Nước Mắt... đến đây, coi như mới chỉ phần dạo đờn mà đã nghe buồn trong lòng quá đỗi rồi! Hay là tại cái chữ Bạt? Bạt là Bạt Tai kẻ nào phá rừng? Dám lắm! Muốn lắm! Nhưng lại ngập ngừng! Hèn thay!

Bài chưa xong... xin bạn đọc nhận sớm giùm tôi Lời Chào! Rừng ơi!

Trần Vấn Lệ

Mục Lục

* Thay lời tựa - Rừng Ơi... - Nguyễn Thiên Nga	9
* Đôi lời bộc bạch - Nguyễn Thị Thanh Thúy	21
1. Em Nói Em Nhớ Anh Mỗi Lần Em Nhắm Mắt	25
2. Ngã Rẽ Một Bài Thơ	26
3. Ngọc Đá Tan Tành	28
4. Chúng Tôi Qua Đồng Cỏ	30
5. Phấn Thông Vàng Đà Lạt	32
6. Thơ Tôi Không Than Vãn Mà Chỉ Là Khói Mây	34
7. Coi Như Ký Ức	36
8. Một Mai Ta Có Con Thuyền	38
9. Hôm Nay To-day To-day	40
10. Tùy Bút Mưa	42
11. Đà Lạt Mưa Đầu Mùa	44
12. Nhìn Đàn Chim Thiên Di Bay	46
13. Miếu Ông Cọp Trên Đèo Belle Vue	48
14. Thu Biếc Có Chàng Tới Hỏi Em Thơ Chị Đẹp Em Đâu	50
15. Cảm Ơn Trời Mênh Mông	52
16. Dran	54
17. Ước Chi Về Được Bây Giờ Nhỉ	56
18. Xin Trời Một Bình Minh Khác	58
19. Nửa Trái Sim Trong Miệng	60
20. Tháng Tám Trời Chớm Thu	62
21. Ăn Của Rừng Rưng Rưng Nước Mắt	64
22. Rồi Sẽ Có Một Ngày	66
23. Chín Bài Lục Bát Bốn Câu	68
24. Thơ Lục Bát Của Lệ	70
25. Vang Bóng Một Thời	72
26. Miếu Ông Cọp	75
27. Lang Thang Tơ Ri	76
28. Cảm Ơn Trời Tôi Vẫn Có Thơ	78
29. Mùa Thu Giữa Tháng Năm Tây	80
30. Ngày Hôm Nay Ngày Của Mẹ	83
31. Sáng Không Nghe Chim Hót	86
32. Everyday	88
33. Tìm Hứng Làm Thơ	91

34. Nghe Buồn Như Uống Say	92
35. Thơ Buồn Sáu Chữ	94
36. Tình Xa	96
37. Công Không Trồng Lòng Không Tiếc	98
38. Năm Năm Một Bài Thơ Chưa Xong	100
39. Má Tôi Không Còn Đọc Thơ Của Tôi Nữa	101
40. Hoa Mặt Trời	104
41. Ôi Chiếc Áo Dài Đường Thu Gió Bay	106
42. Từ Hoàng Hôn Tới Bình Minh	108
43. Quạ	110
44. Mặt Trời Vàng	112
45. Lửa Không Cháy Được Thơ	114
46. Bóng Ngựa Trong Mù Sương	117
47. Con Chim Xanh Bay Trên Đầu Tôi	118
48. Đầu Tháng Chín Trời Lạnh Đã Se Se Lòng Người	120
49. Đường Chị Về	122
50. Một Nước Mỹ Hai Phương Trời	124
51. Đà Lạt Trong Mưa Gió	128
52. Hàng Cây Như Cái Bến Đò	130
53. California Mùa Cháy Rừng	132
54. Đêm Trăng Làm Thơ	134
55. Có Một Bài Thơ Không Nước Mắt	136
56. Một Bài Thơ	138
57. Một Bài Thơ Năm Chữ	140
58. Em Xưa Tóc Lộng Trăng Lồng Gió Thơm	142
59. Chừng Nao Tóc Trắng Như Hoa Mộng Cũng Nghĩ Em là Cái Nụ Duyên	144
60. Con Chim Xanh Và Trái Cherry Chín Đỏ	146
61. Mười Sáu Tháng Sau	148
62. Mở Ra Tờ Nhật Trình	150
63. Một Mai Ngựa Xé Khu Rừng Cũ	152
64. Ai Ở Xa Mà Không Nhớ Quê	154
65. Tôi Lên Núi Dạo Chơi	156
66. Đây Có Phải Bài Thơ Không	158
67. Một Chiều Thơ Như Là Cổ Tích	160
68. Trời Vẫn Nắng Không Mưa	162
69. Hỏi Không Nghe Trả Lời	164

70. Trên Đường Về Nhà	166
71. Đổi Địa Chỉ Từ Houston TX về Manvel TX	168
72. Anh Hứa Về Thăm Em Mà Chao Ôi Huế	170
73. Tình Ơi Chứa Chan	172
74. Rừng Thưa Rừng Thưa Rừng Thưa Rồi	174
75. Rụng Cho Tôi Với Cơn Mưa Nhỏ	176
76. Bài Thơ Không Trọn	178
77. Bài Thơ Tình Đẹp Nhất	180
78. Cảm Ơn Em Mùa Xuân	182
79. Vực Sâu Nước Mắt	184
80. Bóng Chiều Gần Nắng Xa Xôi	186
81. Em Ơi Một Thuở	189
82. Tống Biệt	190
83. Còn Xanh Phơn Phớt	191
84. Em Nhìn Kia Bầy Di Điểu Đang Về	192
85. Một Bài Thơ Tám Chữ	194
86. Một Ngày Trời Không Nắng	198
87. Gặm Nhấm Thời Gian	200
88. Tôi Đau Đớn Nhìn Trăng	202
89. Mặt Trời Chảy Nước Mắt	204
90. Chiều Xanh Xanh Lá Lá Rưng Rưng	206
91. Mười Lăm Phút Ở Phi Trường Liên Khương Đà Lạt	208
92. Tôi Nhủ Lòng Nhớ Núi	210
93. Chuyện Thời Nay	212
94. Thêm Một Khu Rừng Thông Lâm Đồng Đang Chết	214
95. Nỗi Mừng Trong Cái Khẩu Trang	216
96. Ở Chỗ Vô Cùng Tận Thế Gian	218
97. Sương Vừa Rơi Xuống Thành Phố	220
98. Mùa Hạ California	222
99. Chữ Vô Thanh	224
100. Rồi Ngày Mai Sao Hả Anh	226
101. Chúng Tôi Qua Đồng Cỏ	230
102. Một Chữ Tình	232
103. Cái Bóng Mờ Hư Ảo Thời Gian	234
104. Chiều Ơi Man Mác Từng Chiều	236
* Bạt - Trần Vấn Lệ	238

Liên lạc Tác giả
Trần Vấn Lệ
letran4820@hotmail.com

Liên lạc Nhà xuất bản
Nhân Ảnh
han.le3359@gmail.com
(408) 722-5626

www.ingramcontent.com/pod-product-compliance
Lightning Source LLC
Chambersburg PA
CBHW052102280426
43673CB00069B/16